காற்றடிக்கும் திசையில் இல்லை ஊர்

பா.செயப்பிரகாசம்

காற்றிடிக்கும் திசையில் இல்லை ஊர் : சிறுகதைகள்

ஆசிரியர் : பா. செயப்பிரகாசம்

: © ஆசிரியருக்கு

அட்டைப் புகைப்படம் : வம்சி

முதற்பதிப்பு : டிசம்பர் 2014

வெளியீடு : வம்சி புக்ஸ்
19, டி.எம்.சாரோன்,
திருவண்ணாமலை - 606 601
செல்: 9445870995 , 04175 - 251468

அச்சாக்கம் : மணி ஆப்செட், சென்னை - 600 077

விலை : ₹ 180/ -

ISBN : 978-93-84598-11-2

Katradikum disaiel ellai oor : Short Stories

Author : Pa. Jeyaprakasam

: © Author

Wrapper Photography : Vamsi

First Edition : December 2014

Published by : Vamsi books
19.D.M.Saron,
Tiruvannamalai - 606 601.
9445870995 , 04175 - 251468

Printed by : Mani Offset, Chennai - 600 077

: ₹ 180 /-

ISBN : 978-93-84598-11-2

www.vamsibooks.com - e-mail: vamsibooks@yahoo.com

1965 - இந்தி எதிர்ப்புப் போரில் உயிர் நீத்த
மாணவப் போராளிகளுக்கு

உள்ளே...

1. அய்யப்பன் மரணம் 11
2. ஆதலினால் காதல் தீது 26
3. உயிர்வேலி 40
4. உலகத்தினுள் ஒரு ஊர் 59
5. இதுவும் கடந்து போம் 73
6. கடைசி விடை 86
7. காணாமல் போனவர்கள் 100
8. காட்டாளும் கத்தி கல்லும் 112
9. கிளிகளின் சுதந்திரம் 125
10. நிர்மலாவின் நாட்கள் 136
11. மறு பக்கம் 154
12. காற்றடிக்கும் திசையில் இல்லை ஊர் 172
13. மழை மறைவு 182
    ஆசிரியர் குறிப்பு 199

என்னுரை

'இலக்கியவாதியின் மரணம்' சிறுகதைத் தொகுப்பு 2011 நவம்பரில் வெளியானது. அதன் பின்னான கால எல்லையில் 2014 நவம்பர் வரை, சிறுகதைகளின் தொகுப்பு வெளிவரவில்லை. மூன்று ஆண்டுகளில் 13 கதைகள் என்பது ரொம்ப சொற்பம்தான். கணிணி என்கிற நவீனத் தொழில் நுட்பம் கைவசப்பட்டுள்ள காலத்தில், நிறைய பேர் எழுதிக் குவித்துக் கொண்டிருக்கிறார்கள். மனசறியச் சொல்கிறேன் என்று, எங்கள் வட்டாரத்தில்-

"நெறஞ்ச வீட்ல இருந்து சொல்றேன்,

வெத்தலையில அடிச்சிச் சொல்றேன்,

துண்டைப் போட்டுத் தாண்டுறேன்"

- போல பல சொல்லாடல்கள் உண்டு. இப்போதும் சொல்வேன், மேல்மூச்சு கீழ்மூச்சு வாங்க கையினால் எழுதித்தான் தீரவேண்டும்; கணிணி நுட்பம் சுத்தமாகக் கைவரவில்லை. கணிணியைச் சிலர் மூன்றாவது கரம்போல் இடுக்கிக்கொண்டு, மின்னணுப் பெட்டிக்குள் எழுதிக் குவிப்பதைப் பார்த்து அரண்டு 'அஞ்சடிச்சிப் போய்' நிற்கிறேன். அவர்களின் காலம் என்பதைவிட மின்னணு யுக்தியின் காலம் என்று தெளிவாகச் சொல்லிவிடலாம்.

மின்னணு யுகத்தில், மின்னொளி வேகத்தில் செயல்பட இயலாமல், ''பூணான் பூணான்னு'' எழுதி எழுத்தாள அடையாளத்தைக் காத்துவரும் சகபயணிகளும் என்னுடன் வருகிறார்கள்.

மூன்று ஆண்டுகள் கருக்காயாய்ப் (விளையாத காய்) போகவில்லை. கட்டுரைகள் என்ற இன்னொரு கூடு இருக்கிறது. கதையாக, கவிதையாக, உருவகமாக சொல்ல முடியாததை, கட்டுரை வடிவில் விரித்துப் பேச முடியும். அத்துடன் சில கவிதைகளும் வெளிப்பட்டன.

''நாட்டார் இயலில் தெக்கத்தி ஆத்மா'' என்றழைக்கப்படும் அண்ணாச்சி எஸ்.எஸ்.போத்தையா, தன் 79-வது வயதில், 2012-ல் மறைந்தார். வாழ்க்கைக்காக வேலையா, வேலைக்காக வாழ்க்கையா என்ற ஒற்றைக் கேள்வியை எழுப்பினால், அதற்கு ஈரெட்டான பதிலும் உண்டு. வேலைக்காக வாழ்க்கை என்ற இரண்டாவது விடை எல்லாரிடமும் இயல்பானதாக, உறுதியாக வரும். வாழ்க்கையை வரையறுத்துக் கொண்டு, வாழ்க்கைக்குண்டான பணி இது என திட்டமாக்கிக் கொண்டு நாட்டு மக்களின் பாடல், சொலவடை, சொல் கதை, விடுகதை, நம்பிக்கை, சொற்றொடர்கள் என்ற சேகரிப்பை முன் எல்லையாகவும் முடிவான எல்லையாகவும் கொண்டு செய்தவர் போத்தையா. இந்த வாழ்நாள் பணிக்காக உள்ளூரிலேயே வாழ முடிவு செய்து ஆசிரியப் பணியில் பதவி உயர்வு, சம்பள அதிகரிப்பு, கடைசியில் ஓய்வூதிய உயர்வு, கிராஜுவிட்டி என்ற ஓய்வுக்குப் பின்னான பலன் போன்ற பலதையும் ஒதுக்கிப் புறம்தள்ளினார். முந்தினவன் கையில் மந்திரவாள் கிடைத்தது. நாட்டுப்புற வழக்காறுகள் வண்டிவண்டியாய் சேகரித்து அவர் தந்ததை.

1. நாட்டார் இயலின் தெக்கத்தி ஆத்மா (380 பக்கங்கள்)

2. கரிசக்காடு (180 பக்கங்கள்) என்னும் இருநூல்களாய்த் தொகுத்துப் பதிப்பிக்கும் வேலை மேற்கொண்டேன். இரு நூல்களும் கொண்டு வர ஓராண்டு செலவானது. சும்மா கழியவில்லை ஆண்டுகள்

என்று எண்ணுகையில் குறு மகிழ்ச்சி.

எஸ்.எஸ்.போத்தையாவுக்கு, நா.வானமாமலை, கி.ராஜநாராயணன், பொன்னீலன், வீர.வேலுச்சாமி, பா.செயப்பிகாசம் போன்றோர் எழுதிய கடிகங்களும், இவர் மற்றொருக்கு எழுதிய கடிதங்களும் வெளியிடும் அலுவலில் நிகழ்காலம் செலவாகிக் கொண்டிருக்கிறது.

இந்தி எதிர்ப்புப் போர், ஈழ விடுதலைப் போராட்டம், சாதி ஒழிப்புப் பணி போன்ற களப்பணிகளும் தொடர்கின்றன.

நாட்டார் வழக்காறுகள், வட்டார மக்களுடன் வாழுதல், கிராமியக் கலைஞர்களுடன் உரையாடல் போன்ற செயல்களுக்குள் கால்பதிக்கையில், மக்களின் மெய்யான வாழ்வியல் தரிசனம் கிடைத்தது. புராணம், தொன்மம் என்கிற இந்திய மரபு போல் விதண்டாவாதம் கொண்ட 'தற்கொலை மரபு' அல்ல அது. இந்திய மெய்யியல் என்றும், வேதமரபு என்றும் தொன்ம சூக்குமம் என்றும் நவீன இலக்கியவாதிகள் நடத்தும் இந்தத் தற்கொலை மாயையிலிருந்து விலகியது, அந்நியப்பட்டது, தனித்துவமிக்கது என் தமிழ் மக்களின் வாழ்வியல் மரபு. உண்மையான தமிழ் மெய்யியலைக் கண்டடையும் தேடலில் எனது கால்வைப்பு உறுதிப்பட்டுள்ளது.

மக்களிடம் சென்றடையுங்கள். வாழ்க்கையை, வாழ்ந்ததை, வாழாததை, நடந்ததை, நடக்காததை அத்தனையையும் 'ஈரஞ்செமித்த நிலத்தின்' பயிர்போல செழுப்பமாய்ச் சொல்லுகிற மக்களின் வாழ்வியலில் இருக்கிறது மெய்யியல். அவர்களிடம் தேடவும், அடையாளம் காணவும், தொகுக்கவும் தனித்திறன் நமக்கு வேண்டும். பல ஆயிரம் ஆண்டுகள் முன்னிருந்த சமுதாய அமைப்பினுள்ளிருந்து எழுந்த புராணங்களில், பாரதத்தில், வேதங்களில், தொன்மங்களில் மக்களின் மெய்யியல் கிடைக்காது.

இத்தொகுப்பின் கதைகள், இச்சமுதாய வாழ்வின் ஏதாவது ஒரு கூறை வெளிப்படுத்தி ஏதாவது ஒரு நியாயத்தை, அறத்தைப்

பேசியிருக்கக் கூடுமாயின் நல்லது. ஒரு புதினம் படைத்துவிட, ஓராண்டு காலம் முயன்றேன். பலர் பல புதினங்கள் தந்து கொண்டிருக்கும் காலத்தில், ஒன்றுகூட முடியாமல் முன்னுரிமை கொண்ட பணிகள் தட்டிப் பறித்துக் கொண்டு போகின்றன. எதற்கு முன்னுரிமை தருவது? படைப்புக்கா, களப் பணிக்கா? இரண்டுக்கும் என்பது என் பதிலாக இருக்கிறது.

பா. செயப்பிரகாசம்

புதுச்சேரி

ஆசிரியர் குறிப்பு

பா. செயப்பிரகாசம்

புனை பெயர் : சூரிய தீபன்

காய்ந்த கரிசல் மண்ணின் பசுமையான எழுத்து அணிவகுப்பில் இவர் மற்றொரு தவிர்க்க முடியாத பெயர். படைப்பும், செயல்பாடும் சமூக அக்கறை சார்ந்து வெளிப்படுவதில் கவனம் கொண்டவர். சமகாலப் படைப்புக் கலைஞன் சமூக விஞ்ஞானியாகத் தனக்குள்ளும், தன்னைச் சுற்றியும் நிகழ்கிறவைகளைக் காண வேண்டும் என்ற கருத்தினைத் தனதாக்கிக் கொண்டவர். மொழியும் கருத்தும் இவர் கதைகளில் பின்னிப் பிணைந்து செல்பவை.

மதுரைத் தியாகராசர் கல்லூரியில் முதுகலை (தமிழ்) பயின்று, 1968 முதல் 1971 வரை மதுரையில் கல்லூரியில் தமிழ்ப் பேராசிரியராகப் பணியாற்றினார். 1971-ம் ஆண்டு முதல் 1999 வரை, தமிழ்நாடு அரசின் செய்தி - மக்கள் தொடர்புத் துறையில் செய்தி மக்கள் அலுவலர் பணி. இணை இயக்குநராக ஓய்வு பெற்றார்.

மாணவப் பருவத்தில் 1965 - ஆம் ஆண்டில் நடைபெற்ற இந்தி எதிர்ப்புப் போராட்டத்தில் பங்கேற்றதால், இந்தியப் பாதுகாப்புச் சட்டத்தின் கீழ் கைதாகி (DIFFENCE OF INDIA RULES) சிறையில் இருந்தார்.

தாமரை, கணையாழி, தினமணி, புதிய பார்வை, தீராநதி, கதைசொல்லி, ஆனந்த விகடன், காலச்சுவடு, அம்ருதா, உயிர்மை, நந்தன், சதங்கை, இந்தியா டுடே, தமிழ் நேயம், மனஓசை போன்ற இதழ்களில் இவரது படைப்புகள் வெளிவந்துள்ளன. கீற்று, பொங்கு தமிழ் போன்ற இணைய இதழ்களில் படைப்புகள் தொடர்ந்து வெளிப்படுகின்றன.

இருக்கிற சமூக நீரோட்டத்துடன் செல்லாமல் எதிர்க் கருத்தியலை வைத்து நடை போட்ட மனஓசை என்ற கலை இலக்கிய மாத இதழின் பொறுப்பாசிரியர். 1981 முதல் 1991 வரை மனஓசை இதழ் பத்து ஆண்டுகள் வெளிவந்தது.

கல்லூரி நாட்களிலிருந்து சிறந்த பேச்சாளர். இலக்கிய மேடைகளிலும், கருத்தரங்குகளிலும், அரசியல் அரங்குகளிலும் இவரது சொற்பொழிவுகள் நிகழ்ந்துள்ளன.

பா. செயப்பிரகாசம்
8, முதல் குறுக்குத் தெரு,
பாரிநகர், லாஸ்பேட்டை,
புதுச்சேரி 605 008.
9444090186
jpirakasam@gmail.com

அய்யப்பன் மரணம்

வெயிலில் நீர் வெப்பமடைந்து ஆவியாவது, நீர்நிலைகளில் தண்ணீர் மட்டம் குறைவது கண்களுக்குத் தெரிந்த இயற்கை விதி. எண்ணெய் ஆவியாவதும், ஆவியாகிக் குறைவதும் இயற்கைக்கு எதிரானது. தலைக்குத் தேய்த்துக் கொள்ள கண்ணாடி பாட்டிலில் நான் வாங்கிவைத்த தேங்காய் எண்ணெய் குறைந்து கொண்டே போவது நாள்தோறும் கண்ணுக்குத் தெரிய நடந்தது. எண்ணெய் குறைகிற நாட்களில் அறை நண்பனின் தலைமுடி மினுமினுப்பு கூடியது. மினுமினுத்த தலைமேல் பிசுபிசுப்புடன் என் பார்வை பாயும்.

''நா ஒன்னும் நீ வாங்குன எண்ணெயைத் தொடலே. வீட்டிலே போய் வச்சிட்டு வாறேன்'' அசூயைப் படுபவன் போல் பதில் வரும்.

அடுத்தடுத்த தெருக்களில் இரண்டு பேருக்கும் வீடு; படிப்பதற்காக அருகில் அறை எடுத்திருந்தோம். கல்லூரியில் வாசிக்கிற காலத்திலும் வேலைக்குப் போன பின்னாட்களிலும் அவன் அதே அறை நண்பன். இப்போது இந்நகரத்தில் பெரிய ஆங்கிலப் பள்ளிகளில் ஒன்றான ''ஏகநாதன் மெட்ரிகுலேஷன் பள்ளி'' நடத்துகிறான். அது அவனுடைய பெயரே. பள்ளி என்ற வணிக வளாகம் நடத்திட சகல பொருத்தங்களும் வாய்க்கப் பெற்றவன் என்பதை அறையில் கழித்த காலங்கள் சாட்சி சொல்லின.

அறைக்கு ஒரு மின்விசிறி தேவைப்பட்டது. சன்னல்கள் உலகத்தைக் காட்டுபவை. சிறுபயல்களுக்கு உலகை ஏன் காட்ட வேண்டுமென வீட்டுக்காரர் எண்ணியிருக்கக் கூடும். காட்டினால் சிறுபயல்கள் வம்பில் மாட்டிக் கொள்வார்கள் என்கிறது வீட்டுக்காரர் தர்மம். அறையில் ஒரு சன்னல் கூட இல்லை. எதைக் காட்ட வேண்டுமென எண்ணுகிறார்களோ அந்த உலகே போதுமானதென வாடகைக்கு வீடு விடுகிற சொந்தக்காரர்கள் முடிவு எடுக்கிறார்கள். ஒரு பக்கமும் சன்னலில்லாத சிறைச்சாலை போல் எட்டுக்கு எட்டு சதுர அறையில், ஒரு மின்விசிறியின் அவசியம் குறித்து நானும் ஏகநாதனும் வீட்டுக்காரரிடம் விளக்கினோம்.

அவருடைய பதில், ''தைரியம் இருந்தா வாங்கி மாட்டிக்கோங்க''

வாடகைவீடு - கறவை மாடு என்று உறுதியாயிற்று. கூளமும் புண்ணாக்கும் போடாமல், வைக்கோல் கன்றுக்குட்டியை வைத்து, காம்பு புண்ணாகும்வரை சுரண்டும் வல்லமை அது. வீட்டுக்கான அவசியப் பராமரிப்புகளைச் சிறிதும் மேற்கொள்ளாமல் குடித்தன நோஞ்சான்களிடம் சுரண்டுகிற கில்லாடிகள் நிறைய அந்த வட்டாரத்தில் இருந்தார்கள். கைக்கும் மெய்க்குமான எமது பொருளாதார நிலவரம் வீட்டுக்காரருக்குத் தெரியும். அவர் வாய்ச் சத்தம் போட்டபோது, கொஞ்சமும் கிணுங்காமல் ஏகநாதன் முகம் மலர நின்றான்.

'துட்டை வெட்டுனா எல்லாம் நடக்கும்' என்று சவால் விடுவது போல் வைராக்கியம் கொண்டிருந்தேன். வைராக்கியம் அறையின் நடுவில் மின்விசிறியாய் ஓடியது. அறைக்குத் தேவைப்படும் ஒரு பொருளை இருவரும் காசு கொடுத்து வாங்கிப் பங்கிட்டுக் கொண்டதாய் வரலாறு இல்லை. வரலாறு இனி நடக்கும் என நான் நினைத்தது தவறு என்று நிரூபணமாயிற்று. மின்விசிறிக்குப் பாதித் தொகையை சிநேகிதனிடம் வசூலிப்பது ''மொச்சிக் கம்பில் வில்லேத்துறது'' மாதிரி இருந்தது. அய்யான்னாலும் வரப் போவதில்லை. அம்மான்னாலும் வரப் போவதில்லை. வீட்டுகாரர்

தடபுடா என்று குதித்தபோது ஏகநாதன் அசையாமல் நின்று காட்டிய முகமலர்ச்சியின் பின்புலம் பிடிபடலானது.

இரவில் அறைவாயிலில் நின்று தெருவைக் கவனித்துக் கொண்டிருப்பான். வீட்டில் அவன் இரவுச் சாப்பாடு முடித்து வந்திருப்பான். வீதிமுனையில் என் தலை தென்பட்டதும், 'சட்' டென விளக்கணைந்து இருள் நிறையும். மின்விசிறியின் கீழ் மடக்குக் கட்டில் விரித்துப் படுத்திருப்பான். எட்டுக்கு எட்டு அறையில் முக்கால்வாசிப் பரப்பை மடக்குக்கட்டில் பிடித்திருக்க, இடுக்கில் ஒண்டிக்கொண்டு சர்க்கஸ்காரன் போல் நுழைவேன். படிக்க வேண்டுமெனில் அறை முன்னிருக்கும் வெளி விளக்கு மட்டும்.

நான் வாங்கி மாட்டிய மின்விசிறியின் கீழ், கோடை வெயிலுக்கு ''குளிர்ஊஞ்சல்'' கட்டித் தூங்கிக் கொண்டிருந்தான். நான்கு மூலைகளில் அடிக்கப்பட்ட ஆணிகளில் நனைத்துப் பிழிந்து துப்பட்டியை (போர்வை) இழுத்துக் கட்டிவிட வேண்டியது; மேலே சுற்றும் மின்விசிறியின் கீழ், ஈரமான துப்பட்டியிலிருந்து இறங்குகிறது குளுகுளு காற்று. கோடை முடிவுவரை குளிர் ஊஞ்சல் அவனுக்கு. நான் கண்டது மொட்டை மாடிப் பாய்விரிப்பு. இவனைப் போல் 'கூசாக் களித்தனம்' பண்ணுகிறவனெல்லாம் ஆங்கிலப் பள்ளிகள் நடத்த பொருத்தமானவர்கள் தாம்.

தனக்கென்று குளிர் ஊஞ்சல் கட்டி சயனித்த இந்தக் கதையின் முற்றத்தில்தான் வதங்கி உணங்கிய செடிபோல் அய்யப்ப அண்ணன் கிடந்தார். வெட்டரிவாளுக்கு வெயிலா மழையா என்பது மாதிரி வாட்டமில்லாமல் உள்ளே கிடந்தான் ஏகநாதன்.

பொழுதடையும் அரையிருளில் வருகை, இரவுத்தங்கல், காலை புறப்பாடு என அய்யப்ப அண்ணன் பயணம் அமையும். இராப்பாடிப் பறவைபோல் வந்து போக காரணங்களும். கடன்காரர், சொந்தக்காரர் கண்ணில் படாமல் பதுங்கிச் செல்லும் மறைவிடமாக மதுரையில் என் அறை அமைந்துபோனது. அவரைக் கண்டுவிட்டால் வா, வான்னு

கூட்டிப் போய் விசாரணை, கேள்வி என்று வீசி கண்டதுண்டமாய் ஆக்கிப் போடுவார்கள். முந்தியகால வாழ்வில் மடியில் வந்து விழுந்த சந்தர்ப்பங்களை அவர் தன் வசமாக்காமல் நழுவ விட்டதை விசாரணைகளால் கொத்திக் கொத்தி எடுத்தார்கள். ''தாயார் செத்தது குத்தமில்ல; எழவு சொல்லி மாளல'' என்கிற மாதிரி இந்த விசாரிப்புக்கு அச்சப்பட்டுத்தான் தலை காட்டாமல் வருவதும் போவதுமாக அய்யப்ப அண்ணன் இருந்தார்.

மொட்டைமாடி கைப்பிடிச்சுவரில் முதுகு சாய்த்து தூங்கிக் கொண்டிருந்தார். முன்கூட்டி தகவல் வந்திருந்தால் மொட்டை மாடியில் தண்ணீர் தளும்பத் தெளித்து படுப்பதற்கு சேர்மானம் செய்து வைத்திருக்கலாம். நிலச்சூடு உறிஞ்ச உறிஞ்ச காயும் தரையில் செழிக்க தண்ணீர் விடவேண்டும். அப்படியும் தணியாத நிலவெக்கை மேலெழுந்து, காய்ச்சல் கண்டவன் உடம்புபோல், விரித்தபாயை வெதுவெதுவென்று ஆக்கியிருக்கும்.

2

அறுபது வருடங்கள் முன் ஒரு மதுரை இருந்தது.

தெற்குத் திசையிலிருக்கிறது அவனியாபுரம். கிழக்கே சிலைமான். மேற்கில் நாகமலை புதுக்கோட்டை. வடக்கு எல்லை ஒத்தக்கடை. பேருந்துகள், தொடர் வண்டிகளில் வருகிற மக்கள் இந்த எல்லைகளிலிருந்து உயர்ந்த மீனாட்சியம்மன் கோபுரங்களைக் காண்பார்கள். நகராட்சி விதியொன்று இருந்ததாகப் பேசப்பட்டது. அது விதிதானா அன்றி காலத்தினூடாக உயிர் தரித்து நிற்கும் நம்பிக்கையா என்று சொல்ல இயலாது. புதிதாய் எழுப்பப்படுகிற கட்டிடங்கள் கோபுரங்களைக் காட்டிலும் கூடுதலாக ஒரு அங்குலம் இருந்தாலும் மதுரைக்கு ஆகாது என்ற நம்பிக்கை மக்கள் வழக்காற்றில் நிலவி வந்தது. இந்தியாவிலே மிகப் பெரிய தங்கம் திரையரங்கு ரயில்நிலையம் எதிரில் உள்ள காக்காத்தோப்புத் தெருவில் எழுந்தது. பந்தடிக்கும் மைதானம் போல் திரையரங்கம் முன்னால் பரந்து கிடந்த

முன்முற்றம். முற்றத்தில் அம்மன் கோபுரத்தினும் உயரமாய் முகப்பு கட்ட திட்டமிட்டு பிரமாண்டமாய் நான்கு தூண்கள் எழுந்து முடிவு பெறாமல் நின்று போயிற்று. கோயிலின் கிழக்கில் ஒரு மொட்டைக் கோபுரம். மதுரை நகரில் இதை மேற்கு மொட்டைக் கோபுரம் என்றார்கள்.

அறுபது வருடங்கள் முன்பிருந்த நகரில் எங்கும் வணிகர்கள் பரவியிருந்தது போல், வணிக சமூகத்துக்குள் தர்ம சிந்தனை உலவியது. நகரின் ஒரு முனையில் கால் பதித்து மறுமுனையில் வெளியேறும் எவரும் வெயில்முகம் காணாமல், வெளியே வருகிற ரகசியம் வீதிகளுக்குள் இருந்தது. ஒவ்வொரு கோபுர வாசலிலிருந்தும் புறப்படும் நீண்ட, அகன்ற வீதிகளை குறு, பெருவணிகர் தென்னங்கீற்றுத் தட்டுப் பந்தலால் நிறைத்திருந்தார்கள்.

"பணக்காரன் என்றால் தர்மம் செய்ய வேண்டும் ;

படித்தவன் என்றால் ஒரு நூல் செய்யவேண்டு"மென்று

சொன்ன புத்திசாலியை மதுரை வணிகர்கள் மனதில் நிறுத்தியிருந்தார்கள் போல. வணிகர்களுக்குள் உலவிய தர்மசிந்தனை பொதுவசூல் செய்து வீதிகளில் ஒரு கரைதொட்டு மறுகரை வரை தட்டுப்பந்தல் போடவைத்தது. அனலடிக்கும் சித்திரை, வைகாசி பருவத்துக்கு என்றிருந்தாலும், நிழலில் அங்கங்கே தங்குவதும், நடந்து வந்தால் காலாற்றிக் கொள்வதும், வெயிலறியாது தலையாற்றிக் கொள்வதும் சாத்தியமானது.

ஒவ்வொரு கடை முன்னாலும் ஈரப்பதமுள்ள மணல். மணல் குவிப்பின் மேல் மண்பானை. பானையில் வெட்டிவேர் மிதக்கும் தண்ணீர். மதுரைக் கொட்டகைக்குள் நுழைந்து, நா உலர, வெண்டாவி எடுக்க ஒரு புள்ளி (ஆள்) திரும்பியதுண்டுமா?

மதுரைக்குள் தேர்ந்த நகரவடிவமைப்புக் கலைஞன் அமர்கிறான். மீனாட்சியை மையப் புள்ளியாக்கி உயர்ந்த மதிலுகளுள்ள சுற்றுச்

சுவர்கள் எழுப்புகிறான். மதில்களுக்குள் ஆடிவீதி. மதிலுகளுக்கு வெளியில் ஆவணி வீதிகள். அடுத்தடுத்து சித்திரை வீதி, மாசி வீதி, வெளி வீதி என சச்சதுரமாய் நகரைச் செதுக்குகிறான். நேர்நேரான வீதிகள் அவனோடும் அவன் வீதிகளோடும் உரையாடிக் கொண்ட காலம் முடிவுக்கு வந்தது. நூற்றாண்டுகளின் உருளலில் மானாங்கண்ணியாக தெருக்களை, சாலைகளை உண்டுபண்ணி, பெரும் பெரும் கட்டிடங்களை நிறுத்தி அந்தக் கலைஞனைக் கொன்று விட்டிருந்தார்கள். ஒழுங்கற்ற வீதிகளின் பிரம்மாண்டங்களின் அடியில் அவன் கிடந்து மூச்சுப் பறியாமல் திணறிக் கொண்டிருக்கலாம்.

'நோய்க்கு மாத்திரைகள்

இங்கே நூல்கள்' - என்று எழுதிய வாசகம், தெற்கு ஆவணி வீதி முக்கில் உள்ள ஒரு பழைய புத்தகக்கடையின் மத்தியில் ஆடியது. சதுரம் சதுரமாய் மதுரை வீதிகளைச் செதுக்கிய நகர வடிவமைப்புக் கலைஞனும், மக்களுக்கு ஏதாவது செய்ய வேண்டும் என எண்ணிய கருணையாளர்களும் மரணித்து விடுவதில்லை. கொல்லப்படாத ஜீவசக்தியோடு வேறுவேறு இடங்களில் வாழ்கிறார்கள் என்பதை எனக்கு உணர்த்திற்று. வாசகத்தைக் கண்ணுற்றதும் எனக்கு முதலில் தோன்றியது இவர் அவர்களல்ல என்பது. வியாபாரிகளின் சராசரித் தரத்துக்குள் இவரை அடக்கிவிடக் கூடாது என்பது மனசில் எழுதிய எழுத்தாயிற்று.

'பெரியஎழுத்து அல்லி அரசாணி மாலை' முதல் நவீன, பின் நவீன இலக்கியம் வரை குவிந்த புத்தகக் கிடங்கு உள்ளிருந்தது. நானொரு பள்ளி மாணவனாய்ப் போனது முதல் வாசிப்புப் பிரியனாய் என்னை உயர்த்திய சங்கமம் அது.

பழைய புத்தகக் கடை ஒரு போதும் நூலகம் ஆகாது. நூலகத்தில் பொருள்வாரியாக நூல் அடுக்குகள். ஒவ்வொரு வரிசையும் பெயர் எழுதப்பட்டு அடுக்கியிருக்கும். எந்த வரிசையில், எந்த அடுக்கில் நூலிருக்குமோ அங்கு போய் வாசகர் எடுத்துக் கொள்ளலாம். பழைய

புத்தகக் கடையில் அவ்வாறு நேரே போய்த் தொட முடியாது. ஆனால் 'ரேக்' குகளில் தட்டுத்தட்டாய் அடுக்கி வைக்கப்பட்ட நூல்கள் வரிசை அய்யப்பனின் மனதுக்குள் இருந்தது. அஞ்சறைப் பெட்டியில் எதெது எதில் இருக்கும் என்று தேடுதல் இல்லாமல், தன்னிச்சையாய் எடுக்கும் தாய்மாரின் கரங்கள்போல், அவர் மனசுக்குள் இருந்த நூல் வரிசையிலிருந்து லாவகமாய் எடுத்துத் தந்தார். பெரிய எழுத்து அல்லி அரசாணி மாலை முதல் நவீன இலக்கியப் பிரதிகள் வரை, கேட்டது கேட்டவருக்குக் கிடைத்தது. பழைய புத்தகக் கடையின் படியைக் கால் தொட்டது முதல் அந்த மனிதனை வியாபாரியாகப் பார்க்க முடியவில்லை. மனிதன், வணிகன் என்ற இரு புள்ளிகளுக்கிடையில் அய்யப்பன் எவ்வாறு கலையம்சமாய் ஜீவித்தார் என்பதுதான் ஆச்சரியம் அளித்தது.

அவருக்கு வேண்டாதவர்கள், பிடிக்காதவர்கள் என்றால் அருகருகில் இருக்கும் பழைய புத்தகக் கடை வியாபாரிகள்தாம். முட்டாள்களுக்கும் அவர் வேண்டப்படாதவரானார். அந்த வியாபாரிகளுக்குள்ளிருந்துதான் உருவெடுத்து வந்தார். வணிக அணுகுமுறை வித்தியாசமானதாய் இருந்தது போலவே, வாழ்வு முறையும் தனிவழியில் இருந்தது. வாழ்க்கை எப்படியோ இருந்து போகட்டும். அது அவரவர் தனிவிருப்பம். ஆனால் வணிகமுறை என்னும் பொதுவிதிகளுக்கு ஆட்படாமல் போனது ஒன்றுதான் அவர்களுக்குப் பொச்செரிப்பைத் தந்தது. வியாபாரிகளுக்கு இரண்டு பக்கம் இருக்கவேண்டும் என்பது அவர்கள் கட்சி. இல்லை மனுசனுக்கு ஒரு பக்கம் தான் உண்டு என்கிறார் அய்யப்பன். கடைக்குள் காற்றுக்கு அசையும் அந்த அட்டை அவர்கள் நெஞ்சாங்குழியில் கிடக்கும் கங்குகளை விசிறி விசிறிச் சிவப்பாக்கியது. சமயம் கிடைத்தால் அய்யப்பனை அத்தனை வியாபாரிகளும் 'நொங்கை எடுத்து நோனியைக் கழற்றி' என்பார்களே, அதைச் செய்யத் தயாராய் இருந்தார்கள். சந்தர்ப்பம் வாய்க்காமலா போகும் என்று காத்திருந்தார்கள்.

பா. செயப்பிரகாசம்

''நா அவங்ககிட்ட இருந்து வந்தேன். நம்மகிட்ட இருந்த பையன் இப்படி வளருவான்னு எதிர்பார்க்கலே. வெம்பி வாடி உணங்கிப் போகுமுன்னு நெனைச்சாங்க. செடி வளந்துக்கீருச்சு''

மருத்துவர் மகன் நோயாளி, பண்டிதன் மகன் முட்டாள் என்பது பல பொழுதுகளில் உண்மை. அறிஞர்களின் ஒரு தலைமுறை சேகரித்து வைத்த புத்தகங்கள் என்னும் அறிவுச் சொத்துக்கு அடுத்த தலைமுறையில் வாரிசு அற்றுப் போனது. இது வழிமுறை வழிமுறையாகத் தொடர்ந்து வரும் பாரம்பரிய நோய்தான். செடியும் கொடியும் புல்லும் பூங்காவும், மூலிகைகளுமாய் சேர்த்துக் கொடுத்த அறிவுத் தோட்டத்தைப் பராமரிக்க ஒவ்வொரு இல்லத்திலும் சொந்த ஆள் இல்லாது ஆனது. அறிவுத் தாகமற்ற அடுத்த தலைமுறை 'நமக்கெதுக்கு இந்தச் சனியன்' என்று ஒதுங்குகிறார்கள். இதுதான் அனைத்து சிந்தனையாளருக்கும் நேருகிற கண்றாவி.

''தம்பி, என் வீட்டில் குமிகுமியாய்க் கெடக்கு. பயன்படுத் துறவரைதான் புஸ்தகம். பயன்படுத்தலேன்னா குப்பை. வீணா கரையானுக்குச் சோறு போடறேன். வந்து எடுத்திட்டுப் போ. உபயோகமாப் போகட்டும்''

அறிவுச் சொத்தைச் சேகரித்தவர் மொத்தப் புத்தகங்களையும் ஏற்றி வந்து கொட்டிவிட்டுப் போனார். சில வீடுகளில் அழைப்புக்கிணங்க அய்யப்பன் போய் எடுத்து வந்தார். தங்களின் ஆன்மா என நினைத்த பொருள், பஞ்ச பூதங்களுக்கு இரையாகிப் போகுமுன் அறிவுச் சேமிப்புக் கிடங்குக்கு வந்து சேர்வது நல்லதுதான். இனி அது எங்காவது, யாருடைய கையிலாவது, தன்னைத் தத்தெடுத்தவரின் நிழலில் உயிர் வாழ்ந்து கொள்ளும் என வழங்கியவருக்கு நிம்மதி.

பழைய, புது வரத்துக்கள் காரணமாய் புத்தகக்கடை ஒரு மூலிகைத் தோட்டமாயிற்று. மூலிகைத் தோட்டத்தில் எந்தச் செடியும் களையாகாது. களைகூட மூலிகைதான்.

பட்டப் படிப்பில் தோல்வியடைந்தேன். ஒரு மனிதனைக் குழந்தைப் பருவம், பாலபருவம், பள்ளிப் பருவம், இளமைக் காலம், வேலை, திருமணம் என வகுக்கப்பட்ட பருவங்கள் கடக்கின்றன. பருவங்கள் முறையாகக் கடந்து போகிறதேயன்றி, ஒரு வாலிபன் முறையாகக் கடக்க சாத்தியப் படுவதில்லை. வேலையில்லாத காலம், பூதம் போல் வந்து நிற்கிறது. இந்தப் பூதம் என்னை மறித்து நின்றது இரண்டு ஆண்டுக்காலம். 'இடுப்பொடிஞ்ச கோழிக்கு உரல்கிடையே சொந்தம்' என்பது போல், அய்யப்பண்ணன் பழைய புத்தகக் கடை புகலிடமானது. வாசித்து முடித்ததும் அடுத்ததைத் தேடுவேன். இரையின் இருப்பிடம் அறிந்து லாவி அடிக்கக் கற்றது அங்குதான். மூலிகைக் காட்டில் ஒரு கவிதை கிடைத்தது. சீனக்கவி அய்குங் எழுதிய கவிதை.

" ஒரு நாள் காலை குடையிடம் கேட்டேன்

நீ விரும்புவது மழையில் நனைவதையா?

வெயிலில் காய்வதையா?"

குடை புன்னகைத்தது

"என் கவலை இது பற்றியல்ல"

நான் மீண்டும் கேட்டேன்

"பின் எது பற்றி உந்தன் கவலை?"

குடை சொன்னது

"என்கவலையெல்லாம்

எப்படியான பேய்மழையானாலும்

என் மக்களை நனைய விடக்கூடாது.

எப்பேர்ப்பட்ட வெயிலானாலும்

என் மக்களைக் காயவிடக் கூடாது"

கவிதைப் பரவசத்தில் கண்கள் மூடி, வாய் முணுமுணுத்தது "என்னமா எழுதியிருக்கான்"

பா. செயப்பிரகாசம்

அய்யப்ப அண்ணன் வாசித்தார். அண்ணனின் பதில் ஒரு சொல்லாய் வந்தது.

''வாழ்ந்தா இப்படி வாழணும்''

அவர் இலக்கியவாதி இல்லை; பிரசங்கி இல்லை; கவிதையை வாழ்க்கையாகப் பார்த்தார்.

அர்த்தச் செறிவான வாசகங்கள் அவருக்குள் காத்திருந்தன. கூட்டுக்குள் இருப்பது வெளியே வரும் என்பது போல், அவர் வாழ்க்கைக்குள் இருந்து வெளியே வந்தன.

ஒரு தடவை அவரிடம் கேட்டது நினைவிருக்கிறது. அவரைத் திரைப்பட அரங்கத்துக்குப் போகிறவராக நான் கண்டதில்லை. நடிகர், நடிகை, இசை, பாடல் என்று திரை சம்பந்தமான எதையும் பேசுகிறவராகத் தெரியவில்லை.

''அண்ணே நீங்க படத்துக்குப் போகிறதுண்டா?''

அவரிடமிருந்து வந்த பதில்.

''புத்தகம்னா தனியா வாசிக்கணும்;
சினிமான்னா சேர்ந்து பார்க்கணும்''

திரைப்படம் சேர்ந்து துய்க்கும் கலை என நான் கருதிப் பார்த்ததில்லை. திரைப்படம் மட்டுமல்ல, கூத்து, நாடகம், நாட்டியம் போல் நிகழ்த்து கலைகளெல்லாம் சேர்ந்து நுகரும் தன்மை கொண்டவை என்பது புலனாயிற்று. தனியாய் மந்திரம் ஓதுதல் அல்ல அது. வெளிப்பாட்டின் திறன் கூட்டு முயற்சியில் தங்கி நின்றது. நினைத்த நேரத்தில் தனியனாய்ப் போய் திரையரங்கில் உட்காருவது என் பழக்கம். தன்னறியாமல் கூச்சத்தில் நெளிந்ததைப் பார்த்து,

''அவங்கவங்களுக்கு ஒரு பழக்கம்'' என்றார்.

அவருக்குள்ளிருந்து பல கருத்துக்கள் 'என்னை வெளியே விடு, வெளியே விடு' என்று கூட்டிலிருந்து தாவிக்குதித்து சூடு தணிக்க அலைந்தன .

3

"நீங்க விட்டுட்டுப் போயிடறீங்க.புத்தகம் வாங்க வர்றவங்களுக்கு பதில் சொல்லி முடியல்லெ"

புதுப் புத்தகமெனில் கூட்டிக் குறைத்துச் சொல்ல வேண்டாம். அதிலுள்ள அச்சடித்த விலை கிழிக்க முடியாத நியாயம். ஆனால் இது பழைய புத்தகங்களின் குவியல்.

"இது என்ன பெரிய ஆரிய வித்தை, அல்லா வித்தையா"

அய்யப்ப அண்ணன் சூட்சுமத்தை அவிழ்த்துக் கொட்டினார். அத்தப் பழசு என்றால் கால்வாசி, பாதிப் பழசு என்றால் அரைவாசி, முனைமுறியாத புத்தகமாயிருந்தால் முக்கால் என்று விலை வைத்து விற்கக் கற்றுக் கொண்டேன். என்னைக் கடையில் விட்டுப் போகும் சந்தர்ப்பங்களில் விற்பனையான நூல்களின் பெயர், விற்பனைத் தொகை விவரம் துண்டுததாளில் குறித்துக் கொடுத்தேன். பணத்தைப் பெற்றுக் கொண்டு, கணக்கெழுதிய சிட்டையை ஏறெடுத்தும் பார்க்காமல் "இதெல்லாம் எதுக்கு தம்பி?" என்று கிழித்துப் போட்டார்.

இன்னொரு தடவை நான் குறித்துக் கொடுத்தது கடைக்கணக்கல்ல. அவருடைய வாழ்க்கைக் கணக்கு.

பெண் வயதுக்கு வருவது இயற்கையின் நடப்பு. மூணாம் நாள் தலைக்குத் தண்ணீர் விட்டு வீடு கூட்டி பள்ளிக்கூடம் அனுப்பியிருக்கலாம். செய்யவில்லை.

"விரலுக்குத் தக்கன வீக்கம்னு சொன்னது எதுக்கு? இந்தச் சடங்கை மண்டபம் ஏற்பாடு செஞ்சி கல்யாணம் மாதிரியில்லே நடத்தியிருக்கான். ஊரு, உலகத்துல இதுக்கு முன்ன யாரும் 'ருது' வானதில்லேல்ல"

"மொய் வருதில்லே"

"எங்க? சொந்தம் எல்லாம் விழிச்சிக்கிட்டாங்க. இவன் அழைப்பு வச்சி வந்தவங்க யாரு? மெத்தப் படிச்சவங்க. கடைக்கு முன்னால்

பா. செயப்பிரகாசம்

கூடிப்பேச லாயக்கு. வருமானம் உண்டுமா?''

''அகலக்கால் வச்சாச்சு''

''கடை, வியாபாரம்னா 'தான்' இருக்கணும்; இல்லே தனதாள் இருக்கணும். விட்டுட்டுப் போயிர்றானே''

உரையாடலில் கடைசியாய் வீசப்பட்ட கத்தி என்னை நோக்கியது என்று தெரிவித்தேன். அலட்டிக் கொள்ளாத அய்யப்ப அண்ணன் அதையும் கசக்கி வீசி எறிந்தார்.

பணத்தேவை கூடிக்கொண்டே போக, கடையிலிருந்து கடன் தேடி வெளியேறும் பொழுதுகள் அதிகமாகிக் கொண்டே போயின. பல நேரங்களில் மணிக்கணக்காய் தென்பட மாட்டார். எல்லா நேரத்திலும் எல்லா வியாபாரமும் மும்முரமாயிருப்பதில்லை. ஒவ்வொன்றுக்கும் ஒவ்வொரு நேரமுண்டு. அய்யப்பன் கடையை நம்பிப் போனால் நாம் எதிர்பார்த்துப் போகிற புத்தகம் கிடைக்கும் என்று வந்த காலம் இருந்தது. அந்தக் காலம் மரணித்துப் போனது. புத்தக விரும்பிகள் ஏமாந்தார்கள். அவர்களுக்கு எப்போது வாய்க்கிறதோ அப்போது வந்தார்கள். அவர்களுடைய, வாடிக்கையாளருடைய நேரம் முக்கியமே தவிர, பொருட்படுத்தக்கூடாத நமது நேரமல்ல. எந்தப் பொழுதில் வியாபாரம் சூட்டிகையாயிருக்குமோ, அப்போது அவரில்லாமல் ஆனார். வருகிறவர்களை வாடிக்கையாளர்களாய் அவர் கையாண்டிருந்தால் வியாபாரிகளோடு சேர்த்தியாகியிருப்பார். கடன் தொல்லையின் நெருக்குவாரம் அதிகமாகிக் கொண்டிருந்தது. குடும்பத்தை ஊருக்கு அனுப்பிவிட்டார். ஆசிரியர் பயிற்சி முடித்த எனக்கு வேலையும், சொல்லாமல் செய்யாமல் அய்யப்ப அண்ணன் கடையை மூடி வெளியேறலும் முன்பின்னாய் நடந்தது.

4

மொட்டை மாடியில் வெக்கையடித்தது. படுத்திருந்தோம்.

''காலையில் ஆழ்வார்புரத்துல கல்யாணம். போய்த் தலைகாட்டனும், வெள்ளெனக் கிளம்பிர்றேன்'' என்றார்.

போனதடவை வந்தபோது அண்ணன் புது கைத்தறி வேட்டி கையிலெடுத்து வந்தார். ஒரு துணிப்பையில் "இது இங்க இருக்கட்டும்" என்று கொடுத்துப்போனவர், திரும்ப ஆறுமாதக் கணக்காயிற்று. என்னதான் யோசித்த போதும், ஏன் புதுவேட்டியை, அவருடைய ஒப்புதலில்லாமல் கட்டினேன் என்று காரணம் புலப்படவில்லை.

"கட்டியாச்சா?"

மறுநாள் காலை திருமணத்துக்கு, புது வேட்டியில் போக நினைத்திருக்கக் கூடும்.

நள்ளிரவுவரை ஆகாயத்தை நோக்கியபடி பேசிக் கொண்டிருந்தோம். பழையபடி பழையபடி வாழ்க்கைக்குள், காலநிலைமைக்குள் புகுந்து அவர் வெளியே வந்தார்.

"என்ன, சொல்றீங்க?"

அதிர்ச்சியோடு ஏறிட்டேன். அவர் பேசிய வார்த்தைகளின் பூர்வீக அர்த்தத்தை விளங்க முடியாமல் விக்கித்து நின்றேன். என்ன அவர் உளறுகிறாரா?

அடி அடியென்று அடித்த வெயிலினால் நீர்நிலைகள் ஆவியாகியதையோ, ஆவி நீர்மேகமாய் வானத்தில் கூடு கட்டியதையோ உணரமுடியாமல் போயிருந்தது. வழக்கம் போல் மழைமேகங்கள் ஆகாயத்தில் கும்மியடிக்கையில் காலநிலை ஒருமாற்றத்துக்கு ஆளாகியுள்ளது தெரிகிறது. கருமேகத் துண்டு போல் மாற்றத்தின் விளிம்பில் நின்ற அவரது கையைப் பற்றினேன்.

"நல்லா யோசிச்சீங்களா?"

"தேர்தல்லெ நிக்கலாமுன்னு இருக்கேன்" என்றார் திரும்ப.

"எந்தத் தேர்தல்?"

ஊராட்சி, நகராட்சி மன்றங்களின் தேர்தல் நேரம் அது. ஊராட்சி ஒன்றியத் தலைமைக்குப் போட்டியிட இருப்பதாகச் சொன்னார்.

முதலில் ஊராட்சி ஒன்றியத் தலைவர், அடுத்து சட்டமன்ற உறுப்பினர்.

''படிப்படியாத்தானே மேல போகணும்''

எனக்கு முக்கியமான ஒரு கேள்வி அவரிடம் தெளிவு படுத்திக் கொள்ள கேட்க வேண்டும்.

''சனங்க என்ன நினைக்கிறாங்க?''

''பேசிப் பார்த்தாச்சு. எதுக்குத் தேவையில்லாத வேலைன்னு நினைக்குறாங்க''

''அவங்க சொல்றது சரி''

மற்றுமொரு கேள்வி மீதியிருந்தது.

''எந்தக் கட்சி?''

கட்சியின் பெயரைக் குறிப்பிட்டார். ஒவ்வொரு கட்சிக்கும் பொங்கும் காலம் என ஒன்றிருந்தால் மங்கும் காலம் என ஒன்றும் உண்டு. அந்தக் கட்சி மட்டுமல்ல, பொதுவாய் அனைத்து அரசியல் இயக்கங்களும் பலகீன திசையில் போய்க் கொண்டிருக்கின்றன. சுயநலச் சேவைகளில் ஊதிப் பெருத்துள்ளவை. அதிகாரம், அதைக் கைப்பற்ற பெரும் படையெடுப்பு, அதற்கு தேர்தல் அரசியல், வெற்றி கொள்ளும் வித்தைகள்-எந்தக் கட்சியும் இந்த எல்லைகளைக் கடக்கவில்லை என்று எடுத்துரைத்தேன்.

''கழுதை விட்டையிலெ என்ன, முன்விட்டை பின்விட்டைன்னு?'' என்றேன்.

அவர் திகைப்புடன் ஏறிட்டார். நான் பழைய அய்யப்பன் அண்ணனைப் பார்க்கணும் என்றேன்.

''தெரியுது. எந்தக் கட்சியும் நாற்றமெடுத்துக் கிடக்கிற கூமுட்டைதான். நா இல்லேங்கலெ. ஆனா சனங்களுக்கு நாலு நல்லது செய்யலாமே''

மக்களுக்கு ஆயிரம் உண்டிங்கு பிரச்சினைகள். பிரச்சினைகளுக்கு

குரல் தர, நல்லது செய்ய, போராட புதிய புதிய தளங்கள் உருவாகியுள்ளன.

"மக்கள் கட்சிகளைக் கடந்து வந்து விட்டார்கள்" என்றேன்.

"அப்படியா!"

வியப்பின் குறியீடு அவர் முகத்தில்.

"முழுமையாய்க் கடந்து விட்டார்கள் என்று சொல்ல இயலாது.வந்து கொண்டிருக்கிறார்கள் என்பது நிதர்சனம்"

அவர்களின் பிரச்சினைகளுக்குப் போராட புதிய களங்கள் பிறந்துள்ளன. அவையெல்லாம் ஒரு யுத்தம். இந்த யுத்தத்துக்கு உண்மையிலும் உண்மையாய் தலைமை ஏற்காமல், மேக்குதிரை ஏறலாமுன்னு எல்லோரும் நினைக்கிறார்கள். அந்தத் திசைக்கு தலைவச்சிப் படுக்காமலிருப்பது நல்லது.

"யோசிச்சு முடிவு செய்ங்க"

கோயிலின் உயர்ந்த மதில்களுக்குள் அடக்கமாய் ஆடிவீதி. மதில்களுக்கு அப்பால் ஆவணி வீதிகள். அடுத்தடுத்து சித்திரை, மாசி, வெளி வீதிகள் - கோயிலை நடுவாக்கி சுற்றி சச்சதுரமாய் நகரைச் செதுக்கிய உயிர்த்துடிப்புள்ள நகர வடிவமைப்புக் கலைஞனின் ஆன்மாவைச் சிதைத்து எழுந்திருந்தது இன்றுள்ள மதுரை. அதுபோல தெற்கு ஆவணி மூலவீதியில் வாழ்ந்திருந்த இந்த மனிதனின் ஆன்மாவையும் சிதைத்தது யார்? சிந்திப்பு பல திசைகளில் பாய்ந்தது.

விடிகாலையில் தெரு முனையில் அவர் தலைதெரியும் வரை பார்க்க முடிந்தது. வரிசை வரிசையாய் - பொருள் வாரியாய் புத்தக அடுக்கு. நேரான வாழ்வு. வெயிலானாலும் குளிரானாலும் அதனுள் உலுத்துவிடாத இதயம்.

அதன்பின் அய்யப்ப அண்ணன் என் அறைக்கு வந்து நெடுங்காலமாயிற்று.

ஆதலினால் காதல் தீது

தெருமுனை வீடு இருள் அடித்துக் கிடந்தது. வீட்டின் பின்புலம் வட்டார மகிமை வாய்ந்தது. அதிகார மையமாய் வளர்ந்திருந்த பெரிய வரலாறு அதன்பின் இருந்தது. அரண்மனை வீட்டுக் கோழிமுட்டை அம்மிக் கல்லை உடைக்கும் என்பார்கள். ஒரு வீட்டு அம்மிக் கல் என்றில்லை; பல வீடுகளது அம்மிக் கல்லையும் பதம் பார்த்திருந்தது. பிரதானத் தெருவின் ஒளிமிகுந்த வீடு இருட்டுக் குகையின் கதிகொண்டிருப்பது எல்லோரையும் ஆச்சரியத்தில் கிடத்திற்று. வீட்டிலிருந்த இராமையாவை, காவல் நிலையத்துக்கு வாரிக் கொண்டு போன நாள்முதலாய் ஒருவாரமாய் பூட்டிக் கிடக்கிறது. அவரைப் பிடித்து வைத்துக் கொண்டு பிணையில் வர இயலாத வழக்குப் பதிந்திருந்தார்கள். மனைவியும் மகளும் கொண்டு செல்லப் படவில்லை. அவர்கள் நெஞ்சில் அடித்து, கதறிக்கதறி செய்த கிருத்திருவத்துக்கு அவர்களையும் இழுத்துப் போயிருப்பார்கள். இரவுப் பொழுதில் காவல்நிலையத்துள் பெண்பிள்ளைகளை வைத்திருப்பது ஆகாது, அது கூடாது என்னும் சட்டத்தின் சாட்சியாய் வெளியில் நின்றார்கள். மறுநாள் காலை தாய், மகள் இருபேரும் வீட்டிலிருந்து வெளியேறிப் போய்விட்டார்கள். திருப்பரங்குன்றம் சாலையில் தாட்டிகமாய் கொடி பறக்கவிட்டிருந்த சைக்கிள்கடை

கந்தன் அவர்களுக்கு உறவு. மறுபடி தென்னகரம் வீட்டுக்கு வருவதை அவமானமாய்க் கருதினார்கள்.

மயான அமைதி கவிந்த வீட்டைப் பார்த்துக் கொண்டு வீதியில் மக்கள் கடக்கிறார்கள். கடந்து போனதும் அவர்களுக்குள் பறிமாறிக்கொள்ள ஒரு செய்தியாக அது இருந்தது. ஒவ்வொரு இதழின் கடைக்கோடியிலும் புறப்பட்டது இளக்காரமான சிரிப்பா, இந்தக் கதிக்கு ஆளாக்கிட்டாங்களே என்ற வருத்தமா, எது என யூகிப்பு சாத்தியமில்லை. நடமாடும் முகங்களுள்ளிருந்து எந்தக் குறிப்பையும் காண இயலாது. அரசல் புரசலாகக் கூட தகவல் பரிமாறி வெளிப்படுத்தும் துணிவு இல்லை. மனநடமாட்டத்தின் அசைவு இரு வகைகளில் வெளிப்பட வேண்டும். முகபாவம், வாய்ச் சொல் - இரண்டையும் வட்டாரத்தை அரட்டில் வைத்திருந்த அந்த முகணை வீடு சுரண்டி எடுத்திருந்தது.

இராமையாவிடம் அருட்பெருஞ்சோதி வடலூர் வள்ளலாரின் முகம் இருந்தது. நிறம் இருந்தது. கண்களில் சாந்தம் கிடந்தது. இரு சுனைகளுக்குள் தேங்கியுள்ள அன்பு எனும் நீரை அளவில்லாது எடுத்துக் கொள்ளலாம் என்ற தோற்றம் கொடுத்தன விழிகள். குடும்பத்தில் மனைவி, பள்ளிக்கூடம் செல்லுகிற பெண் என இரு உறுப்பினர்கள் மட்டும்.

வெள்ளை வேட்டி, வட்டக் கழுத்து, முழுக்கை ஜிப்பா, தோள்வரை கீழிறங்கும் கருகருவென்ற முடி, மழித்த முகத்தில் நாடியிலிருந்து சுண்டுவிரல் நீட்டம் தொங்கும் தாடி. காலையில் நீராடி, பூஜைசெய்து, வள்ளலாரைத் துதித்து வீதியில் நடந்துவரும் தேஜஸைக் கண்டு, எதிர்வருவோர் 'வணக்கம் சாமி' என்று கையெடுப்பார்கள். 'அருட்பெருஞ்சோதி தனிப்பெருங்கருணை' என்ற உச்சரிப்புடன் கை உயர்த்தி ஆசிர்வதிப்பார்.

தைப்பூச நாளில் வடலூர் வள்ளலார் ஜோதி தரிசனத்துக்கு அவருடைய செல்கை தவறாது நடந்தது. வழிபாட்டாளர்களின்

பா. செயப்பிரகாசம்

கூட்டத்தை ஒழுங்குபடுத்தி ஆண்டுக்கு ஒருமுறை நடைப்பயணம் போய் வந்தார். ஒரு மாதம் விரதம் கடைப் பிடிப்பு. வாரம் ஒருமுறை வீட்டில் பஜனை என்னும் சிறப்பு வழிபாடு. விரதம் ஆரம்பித்த நாள்முதல் வேறு உறவுமுறை இருந்ததில்லை. 'சாமீ' என்று அழைத்துக் கொள்ளும் உறவு வெளிப்படும். வடலூரில் ஏழு திரை நீக்கி வெளிப்படும் சோதியைத் தரிசிக்க நடைபயணம் செல்லுதற்கு முந்திய நாட்களில் வள்ளலார் உருவமும், அகல்விளக்குச் சுடரும் பொறித்த மஞ்சள் ஆடை அணிந்து இராமையா உலவுவதைக் காணமுடியும்.

காலை நேரம் அருட்பெருஞ்சோதியை எதிர்கொள்கிற நான் புன்னகை சிந்திக் கடப்பேன். ஆசிரியப் பணிக்கு பள்ளி புறப்படுகிற நேரமும், காலைக் கடன் கழிக்க கையில் நீர்ச் செம்புடன் அவர் வயல்காடு நோக்கி வருகிற நேரமும் ஒன்றாய்ச் சந்தித்துக் கொள்ள, சந்திப்பு ஒரு புன்னகையின் பிறப்பாக இருக்கும். நான் வணக்கம் செய்ததில்லை. சரணம் சாமி வைப்பதில்லை. எல்லோருக்கும் கிடைக்கிற 'அருட்பெருஞ்சோதி தனிப்பெருங்கருணை' என்று உச்சரிப்பினூடாக அவரிடமிருந்து உயரும் ஆசீர்வாத கையசைப்பும் இல்லை.

அது சுதந்திராபுரம். நகர விரிவாக்கத்தின் ஒரு பகுதி மதுரையின் தென்கோடி. நகரம் இன்று துண்டு துண்டாக எங்கெங்கோ கிடக்கிறது. தென்னகரம் பிரதான சாலை, இராமையா வீட்டில் தொடங்கி தெற்காமல் ஓடி வயக்காட்டுக் கண்மாயில் முடிந்தது. வைகை பொங்கிப் பிரவகித்த நாட்களில் அதிலிருந்து பிரிந்த கால்வாய் மூலம் வில்லாபுரம் கண்மாய்க்கு வாழ்வு வர, கிழக்கு நிலங்கள் மஞ்சக் குளித்துக் கொண்டன. வயல்காடு வழி ஓடிய தென்னகரத்தின் பிரதான சாலை, கண்மாயில் முட்டி முட்டித் தண்ணீர் குடிப்பது போல் தோன்றியது.

கண்மாயைச் சுற்றி முதலில் வீடுகள் உண்டாகியிருக்கவில்லை. காட்டில் முளைத்த தப்புச் செடிகள் போல் வீடுகள் அங்கொன்றும் இங்கொன்றுமாக முளைத்திருந்தன. அப்போது தென்னகரம் என்றொரு

பேரும் பிறக்கவில்லை. பேரில்லாத் தெருக்களுக்கு சுதந்திராபுரம் என்னும் பெயரிலே அஞ்சல் பட்டுவாடா நடக்கும். கிராமத்தில் சிறுபிள்ளைகள் 'உப்புக்குமி' விளையாட்டு ஆடுவார்கள். வீதிஓரத்தில், கூரைபோட்ட மண் சுவர்களின் கீழ், சந்துகளில், கடவுகளில் நெல்லிக்காய்கள் போல் எதிராளி கண்பார்வை படாமல் மண்புழுதியைச் சிறுசிறு குமிகுமியாய்ப் பிடித்துவைப்பார்கள். மறைத்து வைக்கப்பட்ட உப்புக்குமியை எண்ணுவது விளையாட்டு. யார் அதிகம் உப்புக்குமி பிடித்தார்களோ அவன் ஆட்டையில் கெலிப்பு. வயக்காட்டில் எங்கெங்கோ ஒன்றிரண்டாய் தென்பட்ட வீடுகள் உப்புக்குமிகள் போல் குப்பென்று எல்லா இடங்களிலும் வந்திருந்தன. சின்னதாய், நடுத்தரமாய் அவரவர் கையிருப்புக்குத் தக்க கட்டிய தென்னகரம் மதுரையை ஜெயித்துக் கொண்டிருந்தது.

பங்களா வடிவில் முகணையில் இருந்தது அருட்பெருஞ்சோதி இராமையா வீடு. கொடுக்குப் பிடித்தது போல் அதன் பின்புறமாய் காம்பவுண்ட் என்று சொல்லப்படும் வளவு வீடுகள், எதிர்எதிராய் இரண்டு வரிசையாய் பத்துவீடுகள். வாடகை வளமாய் கிடைத்துக் கொண்டிருந்தது. அவர் எந்த வேலைக்கும் போகவில்லை.

சின்னதும் நடுத்தரமாயும் வீடுகள் உண்டாகியவேளை, படிக்கிற காலத்தில் தமிழ் உணர்வோடு வளர்ந்த நாலைந்து இளைஞர்கள் சேர்ந்து தமிழ்ப் பெயர் சூட்ட முயன்றோம். முதலில் வட்டார அஞ்சல் அலுவலகத்துக்குப் போய் தென்னகரம் எனப் பெயர் சூட்டியிருப்பதாய் எழுதித் தந்தோம். அஞ்சல் நிலைய தலைமை அலுவலர் பதிவு செய்து கொண்டார். நண்பர்கள், சொந்தம் என்று வகைதொகை இல்லாமல் கடிதங்கள் எழுதி வம்படியாய் பதில் போடவைத்தது நாங்கள் செய்த இரண்டாவது காரியம். இது நல்ல காரியம் என்று போகப் போகத் தெரிந்தது. 'ஒன்னொன்னா நூறா, ஒருமிக்க நூறா' என்று கேட்கிறாற் போல் பதில்கள் குவிய ஆரம்பித்தன. ஒருநாள் இராமையா வீடுள்ள முகணையில் தென்னகரம் பெயர்ப் பலகை நட்டுவைத்தோம்.

''பெயர் வச்சாச்சா?''

ஆனந்தப்பட்டு பலரும் பேசிகொண்டதைக் கேட்டு புளகித்துப் போனோம். அருட்பெருஞ்சோதியின் வாடகை வீட்டில் குடியிருக்கும் செல்லூர்க் கைத்தறித் தொழிலாளிகள் இரண்டு பேர் எனக்கு சிநேகிதர்கள். அண்ணன் தம்பிகள். அவர்களில் எதிர்ப்பட்ட அண்ணன் பெயர்ப் பலகை நட்ட அடுத்த நாள் சொன்னார்,

''நீங்க நட்டிட்டு வந்தீட்டீங்க. அவருக்கு முகம் பொசுங்கட்டயா ஆகீருச்சு. அவரு இப்ப மையம் பறக்காரு. லாயக்காப் போகணும் தம்பீ''

அது என்ன லாயக்கு என்று புரிந்து கொள்ள முடியாமல் போயிற்று.

2

விடியல் தூறல் - இதுகாலம் காணாத புதுக்கோலத்தை என் முன் விரித்திருந்தது. ஆகாயம் பின்னிப் பின்னி மெல்லிசு பட்டுநூலைப் பூமிக்கு இறக்கிவிட்டது. மாடிஅறை வாசலில் நின்ற மனசு மழையில் கரைந்தது.

சின்னப் பூசணிக்காய் தண்டியில் ஒரு பெண்தலை இராமையா காம்பவுண்ட் மொட்டைமாடி படிக்கட்டின் மேல் தெரிந்தது. கடைசிப் படியில் தெரிந்து பிறகு உள்ளிழுத்துக் கொண்டது. கொஞ்சம் கொஞ்சமாய் மேலே வந்த போதில் பூ, ரிப்பன் தென்பட்டது. ஓணான் போல் தலையை நீட்டிநீட்டிப் பார்க்கிற அதிசயம் என் முன்னால் நிகழ்ந்தது. எட்டிப் பார்ப்பதும், பின்னர் தலையை உள்ளிழுத்துக் கொள்வதுமென இருந்த நபருக்கு அரைப் பார்வையில் நான் வேறொரு உருவாகத் தெரிந்திருக்கிறது.

கல்லில் சுற்றிய ஒரு காகித உருண்டை என் காலடியில் விழுந்தது.எடுக்கக் குனிந்தபோது, அறைக்குள்ளிருந்து என்னை சடாரென விலக்கித் தள்ளினான் மேகநாதன்.

பேனைப் பெருமாளாக்கி, பெருமாளைப் பேனாக்கி தகவல் தொழில்நுட்பம் கந்தர் கூலம் பண்ணுகிற காலம். பெருக்கல், கூட்டல்

நுட்பத்தால் அழித்தல், ஆக்கல் எல்லாவற்றையும் எல்லாத் திசைகளிலும் நடத்திக் கொண்டிருக்கிறது. செய்தியுகத்தை இராமையா காம்பவுண்ட் மொட்டைமாடியிலிருந்து என் காலடியில் விழுந்த கல்லுருண்டை கெக்களி செய்தது போலியிருந்தது. புதியதைக் கெலிப்பு (ஜெயிப்பு) செய்துவிட்டேனாக்கும் என்பது போல் தகவல் நுட்பத்தின் இன்னொரு பரிமாணத்தை எட்டியது. கடுகைத் துளைத்து ஏழ் கடலைப் புகட்டியது போல் தகவல் பரிமாறுதலை புதுமையிலும் புதுமையாய் பலதிசைகளிலும் பதித்த பெருமை காதலுக்குரியது. கல் பேசாது. இந்தக் கல் பேசிற்று.

கல்வழி வந்த காகித அழைப்பை சிரம்தாழ்த்தி அறைநண்பன் மேகநாதன் ஏற்றிருந்தான். அது அவனுக்கான அழைப்பு. சமிக்ஞையை ஏற்று அவன் மூன்றாவது வீட்டைத் தாண்டிப் போனான். அருட்பெருஞ்சோதியின் வீட்டில் அவர் போல சிகப்பாய் பளபளவென சிறு பெண் இருந்தாள். அழகின் வருகையை பிரகடனமாக்கிய இன்றைய காலைப் பொழுது போல் சின்னஞ் சிறுசு பளிச்சிடுவாள். சட்டென்று எனக்கு யூகிக்கக் கூடியதாய் இருந்தது - ஒன்பதாம் வகுப்பு படிக்கிற அவள் வாழ்வில் முதல் கல்லெறிந்திருக்கிறாள். கல்லெறிதல் தனிக் கலை. தேங்கிய சமுதாய வரைபடத்தைக் கலைத்து அடுத்த கட்டத்திற்கு எடுத்துச் செல்கிறவர்கள் முதல் கல்லெறிகிறார்கள். ஒற்றைக் கல் எதையும் சாய்க்காது. தங்களுக்குப் பின்னால் மற்றவர்களையும் இணைத்துக் கொண்டு ஆளுக்கொரு கல்வீசச் செய்கிறார்கள். வரலாற்றில் முதல் கல்லெறிதல் செய்த ஆளுமைகளைப் பற்றி அறிந்துள்ளேன்.

சுற்றுப் புறத்தில் வாழ்ந்தோர் அருட்பெருஞ்சோதியின் இல்லத்தைப் புனிதமான இடமாய்க் கருதினார்கள். வட்டாரத்தில் தனி கவுரவத்தை அளித்துக் கொண்டிருந்தார்கள். குடும்பக் குளத்தில் கல்லெறியும் துணிச்சல் சின்னஞ் சிறுசுக்கு எப்படி வந்தது? சின்னவர்கள்தான் இப்போது நிறைய உடைக்கிறார்கள். கட்டு திட்டாய் ஒழுங்கான முறையில் குடும்பத்தேரை இழுத்துக்கொண்டு போகிறதான

இராமையாவின் நினைப்பு வட்டில்சோறு என்றால், அதில் மண்ணள்ளிப் போடும் கைகள் இந்தச் சிறு கைகளா? யோசிப்பு இழுத்துக்கோ பறித்துக்கோ என்று ஊசலாடுகிறது. அவருடைய சட்ட திட்டங்களுக்குக் கட்டுப்பட்டு, அடக்கமான ஒருத்தி மனைவி என்ற பெயரில் தேரின் வடக்கயிற்றை இழுக்கிறாள் - அது மனைவி.

பழைய புனிதங்களை கலைக்கிற இவள் - அவருடைய மகள்.

கடிதத்தில் சொல்லப்பட்ட சந்திப்பின் இடம் ஒரு கோயிலாக இருக்கட்டும், பேருந்து நிறுத்தமாக இருக்கட்டும், காலைப்பனி மூட்டத்தில் திறக்காத பூங்காவாய் இருக்கட்டும். ஏதொன்றாகவேனும் இருக்கட்டும். அது ஒருபோதும் என் அறையாக இருக்கவில்லை என்பது சிநேகிதனின் பரபரப்பான ஓட்டம் காட்டியதில் தெரிந்தது.

காதலர்கள் இடத் தேர்வு செய்வதில் வல்லவர்கள். மற்றவர் கண்ணுக்குப் புலனாகாத இடமென அவர்கள் தேர்வு செய்கிறார்கள். காலச் சூழலும் வாழ்வும் நிகழ்த்தும் விளையாட்டும் யார்யாரையோ எங்கெங்கோ கொண்டு போய்ச் சேர்க்கிறது. அழகர் கோயில் தரிசனத்துக்காகச் சென்ற அழகிரிசாமியின் கண்ணில் தட்டுப் பட்டார்கள். உமி போல் சிதறிக் கொண்டிருந்த மழையும் சூரியமுகம் தென்படாத பொழுதும் அழகர்கோயிலை அவர்களுக்கு ஒரு குடையாய் மாற்றியிருந்தன.

தற்செயலாய் சந்திக்கையில் அழகிரிசாமி சொன்னார்,

"உன்னோட நண்பன் மேகநாதனைக் கண்டேன். கண்டதாய் காட்டிக்கொள்ளக்கூடாத நிலைமை. யார் அது? சிகப்பா, குண்டு தக்காளி மாதிரி?"

அவர் விசயத்தை அவிழ்த்தபோது அதிசயித்தேன்.

முதலாவது ஆச்சரியம் - அது ஆச்சரியமல்ல, அதிர்ச்சி. மேகநாதனுடன் துணிந்து அழகர்மலைக்கு ஏறியவள் நான் யூகித்த அருட்பெருஞ்சோதியின் மகளல்ல. அவருடைய குடியிருப்பில்

ஒன்பதாம் வகுப்புக்கு மேல் படிப்பு ஓடாததால் இடை நிறுத்தி விட்ட குண்டு தக்காளி தனம். இராணுவத்தில் பணியாற்றுகிற அண்ணன் அனுப்பும் பணத்தில் தனம், அவள் தாயார் இருபேரின் ஜீவிதமும் நடந்து கொண்டிருந்தது.

இரண்டாவது ஆச்சரியம் - காதல் ஆட்டம் பூமியில் மூன்றாம் நபருக்குத் தெரியாது என முட்டாள்த்தனமாய் நினைப்பது. மூன்றாவது நபர் நான், நான்காவது ஆள் அழகிரிசாமி. இன்னொருவருக்குத் தெரியக் கூடாது என அவர்கள் நினைத்ததெல்லாம் பொய்யாகிப் போனது.

மாடி அறையும் மூன்றாவது வீட்டு மொட்டை மாடியும் ஆகாய மார்க்கத்தில் எந்தப்பொழுதில் இணைவாயிற்று என்பது தெரியாது. ஆகாய மார்க்க பாலம் அமைக்க சாந்து, சுண்ணாம்பு, சிமிண்டு என்ற கட்டுமானப் பொருட்களின் தேவையை இளம்பருவம் இல்லாமல் செய்திருந்தது. மாடி அறையிலிருந்து மேகநாதனும் கடிதம் சுற்றிய கல் எறிந்தான். கல் தனத்துக்குத் தேவையில்லை. கடிதத்தை நெஞ்சுக்குள் புதைத்துக் கொண்டாள்.

"அடுத்தடுத்த வீடுகள்ள இருக்கோம். மாடியில ஓடிப்பிடிச்சி விளையாடறதும், தடபுடா, தடபுடான்னு சத்தமும் தாங்க முடியாமக் கெடக்கு. தப்பித் தவறி மாடிக்குப் போய்ப் பாத்திட்டா, எந்த நேரத்தில என்ன கோலத்திலன்னு சொல்லமுடியாது" தனத்தோட தாயாரிடம் வளவில் குடியிருப்போர் முதலில் வாசித்தார்கள். ஒன்றும் நடக்காமல் போகும் எனத் தெரிந்தபோது, அடுத்த கட்டமாய் இராமையாவிடம் போவது என்று தீர்மானித்தார்கள்.

"பழகுறது குத்தமில்லெ.வயசுப் பிள்ளைய வச்சிக் கிட்டு இருக்கிற நீங்க, அதுவும் ஒத்தைப்பாரி சூதானமா இருக்கணுமா, இல்லையா?"

"ஆம்பள இல்லாத வீடு. அப்படித்தான் இருக்கும்"

அடுத்த வீட்டு அம்மா அண்டக் கொடுத்துப் பேசினாள் போல் தெரிந்தாலும், ஆம்பிளை இல்லாத வீட்டில் இன்னொரு ஆணின் நடமாட்டம் இருக்கக் கூடாது என்ற எச்சரிக்கை அதற்குள் கங்கு போல் சிவப்பாய்க் கிடந்தது.

''அவருக்குத்தான் பெண்ணக் கொடுக்கிறதா இருக்கோம்'' என்றாள் தனத்தின் தாயார்.

''சொந்தமா'' தாயார்க்காரியிடமிருந்து பதிலேதுமில்லை.

''கல்யாணம் எப்ப?''

அண்ணன்காரன் ராணுவத்திலிருந்து லீவில் வருகிறபோது முடிக்க இருப்பதாக தாய் சொல்கிறாள்.

''அதுக்காக கல்யாணத்துக்கு முன்னமே திறந்த வீடா இருக்கணுமா?''

அம்மாக்காரி பதில் பேசவில்லை. இறுதியாய் எல்லோரும் ஒருமிக்க சொன்னார்கள் ''இது நல்லதில்லே, பாத்துக்கோங்க. எங்களுக்கும் பொம்பிளப் பிள்ளக இருக்கு''

3

''கீழ எறங்கு, கீழ வா நீ''

இராமையாவின் குரலில் மூர்க்கம் வெளிப்பட்டது. கண்களில் அக்கினிச் சட்டிகள் ஆடின. அவரது உடலா ஆவேசம் கொண்ட சாமியாடியின் உடலா என்ற சந்தேகம் ஏற்பட்டது. ஆக்ரோசம் பொங்கும் அவரைக் கண்ட தனம் மொட்டைமாடியிலிருந்து மடமடவென கீழிறங்கி வீட்டுக்குள் மறைந்தாள். ஒரு பொட்டணம் படிக்கட்டுகளில் உருண்டு ஓடியது போல தென்பட்டது . மேகநாதன் இறங்கவில்லை. செனாய்த்துக் கொண்டு பார்த்தான்.

''கீழே வாடா'' கைகளில் ஆயுதம் இல்லை. இத்தனை காலமாய் அவருக்குள் கட்டுண்டு கிடந்த ஆக்ரோசம் காத்திருந்து ஆயுதமாக

ஆகியிருந்தது. கீழிறங்க மறுத்தபோது, படியேறி அவன் கையைப் பிடித்து ஒரு சுண்டு சுண்டினார். படிக்கட்டுகளில் தடுமாறி கீழே சரிந்தான்.

மொலுமொலுவென்று கூட்டம் கூடிவிட்டது. அந்த வளவில் குடியிருந்தோர் என்றில்லை, சுற்று வீட்டாரும் நிறைந்து நின்றார்கள். ஆளாளுக்குக் கத்தினார்கள். அருட்பெருஞ்சோதி சமிக்ஞை காட்ட வேண்டியது, கிழித்து எறிவதற்குத் தயாராய் நிற்கிறார்கள் என்று தெரிந்தது.

"என்ன சாதிடா நீ?"

"அதக் கேக்க நீ யாரு"

மேகநாதனும் ஒருமையில் கேட்டான்.

"எவ்வளவு பெரியவர். பெரியவரைப் போயி வா,போ' ங்கிறே?"

கூடியவர்களில் ஒரு சிலர் முண்டினார்கள். அவர் மட்டும் 'டா' போட்டுக் கூப்பிடலாமா என்ற நியாயத்தை யாரும் பேசவில்லை. வயது வித்தியாசம் காட்டாமல் சாதி வித்தியாசம் காட்டுகிற கூப்பாடு, கூட்டத்திற்கு அநியாயமாகப்படவில்லை.

"நா மனுஷ சாதி. நீயும் நானும் எந்த சாதியோ அதெ மனித சாதி" தெளிவாகப் பேசினான். அவன் பேசவேண்டும் என எதிர்பார்த்தேன். பேசும் தருணமிது. இந்தப் பொழுதில் அவன் பேசவில்லையென்றால் பிறகு எப்போது முறுக்கிக் கொண்டு எதிர்வினை செய்தாலும் என்ன பயனுண்டு?

கீழே இழுத்து வரப்பட்டவன் இடதுபக்கமாய் தனத்தின் வீட்டுக்கு நகர்ந்தான்.

"அங்க எங்கடா ஒண்டுற?"

மேகநாதன் அவர் கட்டளையைக் காதில் போட்டுக் கொள்ளவில்லை.

"இது என் வீடு. அப்படித்தான் போவேன்" திரும்பி எட்டுவைத்தான்.

பா. செயப்பிரகாசம்   35

''அத கல்யாணத்துக்குப் பெறகு வச்சுக்கோ. ஒனக்கு நாங்க பட்டா போட்டுத் தரலே''

இராமையாவின் சம்சாரம் தாளித்தாள். தாளிப்பு வாசம் மூக்கைத் துளைத்து கமறல் ஏறி விட்ட பிறகு தும்மித் தான் ஆகவேண்டும். அந்த தணல் போதும். ஆவேசமாய் வேட்டியை இராமையா வரிந்து கட்டியதைக்கண்டேன்.

''சாதி கெட்ட பயலையெல்லம் வீட்டுக்குள்ள விட்டுக்கிட்டு'' அதை திரும்பத் திரும்ப பேசினார். சாதிகெட்டவனை வெளியில் அனுப்பி விட்டுத் தான் அவர் மறுவேலை பார்ப்பார் என்று தெரிந்தது.

தனத்தின் அம்மா கத்தி வீறிட்டள். பெருங்கூப்பாட்டுக்கு நடுவில் கிய்யா கிய்யா சத்தம் எடுபடாமல் ஆனது. ''முதல்ல ஒன்னைய் குடி வச்சது தப்பு. நீ முதல்ல காலி பண்ணு''

அவருக்கு வந்த கோபத்தை, கை உயர்ந்ததைப் பார்த்தபோது திகிடு முகிடாய் ஏதோ பண்ணப் போகிறார் என்று தோன்றியது.

அப்படியொரு குரலும் முகமும் அருட்பெருஞ் சோதிக் குள்ளிருந்தது என்பதை என்னால் நம்பமுடியாது போயிற்று. அப்படியொரு குரலும் முகமும்தான் நிஜமான சொரூபம் என்பதை அன்று கண்டேன்.

வீட்டு வாசற்படியில் அம்மாக்காரி பெண்ணைப் பாதுகாப்பது போல் நின்று கொண்டாள் ''இதம் பதமாக சொல்லிக் காட்டணும். அதுக்காட்டம் எல்லோரும் சேந்துக்கிட்டு அக்கினிச் சட்டி ஏந்துவீகளோ?'' என்று கேட்டுவிட்டாள். அவளுக்கு 'படபட' வென்று வந்தது. கொஞ்ச நேரம் போனால் மயக்கமாகி விடுவாள் போலிருந்தது.

''ஓவியமா பொண்ணு வளர்த்தா இதும் வரும், எல்லாக் கெடாரமும் கெடைக்கும்'' பெண்குரல் இராமையாவின் சம்சாரத்தினுடையது.

''ஆமா இவக தான் பொண்ணு வளக்கிறாக. மத்தவங்க நாயி பேயி தான வளக்கிறோம்'' பதிலுக்குக் கேட்டுவிட்டாள் தாயார்க்காரி.

''என்ன ராங்கித்தனமா பேசுறா இவ'' புருசன் பக்கம் திரும்பினாள். பாத்திட்டு சும்மா இருப்பீகளா என்று புருசனை உசுப்பி விட்டது போலிருந்தது அது.

''நம்ம இனமுன்னு தானெ ஒன்னைக் குடி வச்சோம். சாதி கெட்ட பயல உள்ள விட்டிருக்கிற?''

கேட்டது இராமையா.

''அவரைக் கூட்டீட்டுப் போங்க. வம்பா அடிவாங்கிருவாரு''

கைத்தறித் தொழிலாளி என் கையைப் பிடித்து எச்சரித்துக் கொண்டிருக்கும்போதே பளீர் பளீர் என்று அடி விழும் சத்தம். வீட்டினுள்ளிருந்த தனம் கதறினாள். வாசற்படியில் நின்று தாயார்க்காரி கத்தினாள். ''இன்னைக்கு அடிச்சிட்டீங்க. ராணுவத்தில இருக்கிற அவன் புகார் கொடுத்தா அத்தனை பேரும் உள்ள போகணும்''

அவளது கத்தல் சாபமாகவும் அதேபோதில் சபதமாகவும் தோன்றிற்று. கூட்டத்தைக் கிழித்துக்கொண்டு, மேகநாதனைப் பிடித்து இழுத்தேன். காம்பவுண்ட் பின்புறவாசல் வழியாக மேகநாதனை இழுத்துக்கொண்டு ஓடினேன். ரணகளமாகிக் கொண்டிருந்த இடத்தில் இருந்து நாங்கள் தப்பித்து ஓடுவது முதல் வேலையாக இருந்தது.

பின்னர், நகரத்தின் மற்றொரு பகுதிக்கு மேகநாதனும் தனமும் தாயாரும் ஓடியிருந்தார்கள்.

4

ஒரு இரவில் போலீஸ் வேன் இராமையாவின் பெரிய வீட்டு முன் நின்றது. அப்போது இரவுக் குளியல் கொண்டிருந்தார். நறநறவென்று ஓசை எழும்ப பூட்ஸ் கால்களுடன் போலீஸ்காரர்கள் உள்ளே நுழைந்தார்கள்.

"அதென்ன செருப்புக் காலோட உள்ளெ வர்றது?"

எதிர்த்துக் கேட்ட அவருடைய சம்சாரத்தை சப்-இன்ஸ்பெக்டர் சட்டை செய்யவில்லை. துண்டு கொண்டு துடைத்தபடி வந்த பெரியவரை, "நீ தானே ராமையா?" என்றபடி இழுத்துப் போனார்.

"எதுக்கு, எதுக்கு?" பதிலேதுமில்லாதவர்களாய் கொண்டு போனார்கள். அவர்களுக்குப் பதில் இருந்திருக்க வேண்டும். ஆனால் சொல்ல விரும்பவில்லை.

"அதெல்லாம் ஸ்டேசனிலெ சொல்றோம்"

தாயும் மகளும் தடுக்க, "நாய்களா" என்ற அதட்டல் கேட்டது. இதுபோல் மரியாதைக் குறைவாய் ஒரு சொல்லை அவர்கள் வாழ்வில் தரிசித்ததில்லை. இராமையா சர்வமும் ஒடுங்கி பயந்து குக்கிப் போயிருந்தார்.

மனித நடமாட்டமற்ற பாழடைந்த மண்டபம் போல் கிடந்த வீட்டின் முன் நின்று ஏறிட்டுப் பார்க்கிறேன். என்ன நடந்தது, எப்படி என்பதெல்லாம் அங்கிருக்கும் மக்களால் யூகிக்க முடியவில்லை. என்னால் யூகிக்க முடிந்தது. ஒருவாரம் முந்தி வெறியாட்டம் போட்ட கொடிய இரவில், ஏது கதியுமற்ற, யார் துணையுமில்லாத அந்தத் தாய் கத்தியது நினைவில் வந்தது. இராணுவத்திலிருக்கும் மகன் அவனுடைய பிரிவில் புகார் அளித்திருக்கிறான்.

ஒரு அதிகாரத்தின் மீது இன்னொரு அதிகாரம் ஏறி அமர்ந்து கொள்கிறது. அது உச்ச அதிகாரம் ஆகிவிடுகிறது. கட்டப் பஞ்சாயத்து அதிகாரம், அரச இராணுவத்தின் முன் ஒன்றுமில்லாமல் அடங்கிப் போனது.

'லாயக்காப் போகணும் தம்பி' தென்னகரம் என்ற பெயர்ப் பலகையை நாங்கள் நாட்டுவித்த ஒருநாளில் அந்தத் தொழிலாளி சொன்னது ஞாபகம் வந்தது. இராமையா நகர் என்று பெயர் சூட்ட

வேண்டுமென்பது அவர் கனவு. அங்கு வீடுகட்டிக் கொண்டுவந்த நாள்முதல் அந்தக் கனவையும் சுமந்து வாழ்ந்திருக்கிறார். வெறும் இராமையாவாக இல்லை. இராமையா என்ற பெயரோடு சாதிப் பெயரும் சேர்த்து பெயர்ப் பலகை நட வேண்டும். நல்ல காலமாய் அவருடைய கனவுத் தெருவை இளைஞர் நால்வர் சேர்ந்து சிதைத்து விட்டோம்.

"என்ன வழக்குப் போட்டாங்களாம்?"

அருகிலிருந்த கைத்தறித் தொழிலாளி விசாரித்தார். அத்துமீறி நுழைந்து அடித்த கொலை முயற்சி வழக்கு என்றார்கள். எனக்கு ஆச்சரியமாக ஆனது. நடக்காத ஒன்றை வழக்குக்காகப் பதிவு செய்வது போலீஸ்குணம் என்பது உறுதிப்பட்டது. உண்மையில் இது வேறொரு பிரிவு வழக்குக்குத் தகுதியுடையது. வன்கொடுமைத் தடுப்புச் சட்டத்தின் கீழ் வழக்குப் போட்டு கைது செய்திருக்க வேண்டுமென எண்ணினேன்.

பா. செயப்பிரகாசம்

உயிர்வேலி

ஆறு மாதப் பச்சை மண்ணின் அழுகை முதலில் எழுப்பியது. தூக்கத்துக்குள் அப்போதுதான் போய்க் கொண்டிருந்தார்கள், பரமசிவமும் ஆத்தா தேவானையும். தொட்டிலிலிருந்து பாய்க்கு வழிந்த குரலால் 'சட்'டென தாவி எழுந்தார்கள். துவைப்புத் துறையில் அடித்துப் பிழிந்து போட்ட துணிபோல் சட்டடியாய்க் கிடந்த அவர்களை எழுப்பும் வல்லமை வேற எந்தக் குரலுக்கும் இல்லை.

''இம்புட்டு நேரமாச்சா? சின்னா எங்க போன?''

மருமகளை 'சின்னா சின்னா' என்று தேவானை கூப்பிடுகிறாள். கிலுகிலுப்பை குலுக்குவது போல் சுளுவாக வருகிறது. சொளகுபோல நாக்கு, நேரம் எடுக்கிற வார்த்தைகளைப் புடைத்துப் போட்டுவிடுகிறது.

தேவானை தேடுகிற சின்னா உள்ளில் இல்லை. இருந்திருந்தால் இந்நேரமாட்டும் பொறுத்திருக்க மாட்டாள். மச்சு வீட்டுக்குள் தேடவேண்டிய அவசியமில்லை. பரமசிவம் இங்கே தனியாய்ப் படுத்திருக்கிறான். பிள்ளையின் அழுகை திறந்த கதவு வழியாய்ப் பாய்ந்து வண்ணாக்குடியைத் தட்டி எழுப்பியது. தெரு முழுசையும் முன் வாசலில் திரட்டியது.

இரவுச் சோறுக்குப் போன பெண் இன்னும் வீடு திரும்பவில்லையெனில் ஏதோ விபரீதம் நடந்திருக்கும். ஒருவாரம் முன் அந்தத் துயரம் நடந்திருக்கிறது. களையெடுப்புக்குப் போய்வந்து, அலுப்பில் வாசலைத் திறந்து வைத்து, நிலைப்படியில் தலைவைத்துப் படுத்திருந்த சண்முகத்தாய் சேலைக்குள் பாம்பு நுழைய அசந்து உறங்கியிருந்தாள். காலை இழுத்து அசக்கியதில் பாம்பு கடித்துத் தூக்கத்தில் இறந்து போனாள். பூச்சி, பொட்டு தீண்டியிருக்க வேண்டும் என்று நினைக்கையில் விதிர்விதிர்த்தது.

பதறியவாறு தேவானை உயர்சாதித் தெருக்களில் ஓடினாள். பூட்டிய வீடுகள் சரசரப்பாய் விழித்தன.

''காணமா, என்னடீ சொல்ற?''

தவிதாயப்பட்ட கேட்புகள் வெளிப்பட்டன.

தேவானை மருமகளைக் காணமாம். ஊரெல்லாம் பரவியது. முன்னிரவு முடிந்து உறக்கத்தில் போய்க்கொண்டிருந்த ஊரை எழுப்பி உட்காரச் செய்தது.

''எங்க இருக்காளோ, பாதகத்தி?'' அவர்களும் சேர்ந்து புலம்பினார்கள். புலப்பம் விட்ட குடும்பங்களில் மேலத்தெரு சுப்பாராம் வீடும் இருந்தது.

''அப்பவும் பால்குடி பிள்ளைய விட்டுட்டுப் போவாளா?''

''பால்கட்டி ரவிக்கை நனைஞ்சிருக்குமே, கூறு கெட்டவளுக்கு ஈரம் கூடவா தெரியாமப் போயிரும்''

வண்ணாக்குடிப் பெண்டுகள் புலப்பம் சாமம் தொட்டது. சாமக் கோழி ஒரு தடவை கூவியது. அது நல்லது. ஆனால் பலமுறை கூவியது. அது ஆகாது. என்ன கேடு வரப்போகிறதோ என்று குலைநடுக்கமாகியது.

பசியின் ஒற்றைப் புலன் மட்டும் இளம் உயிருக்கு வேலை செய்கிறது. கிலுகிலுப்பை, பிடிபிடி பூச்சாண்டி, பிடரிக்குப் பின்னிருந்து

காட்டும் கோமாளித்தனம் எதுக்கும் பிஞ்சு மசங்கவில்லை. தேவானை நெஞ்சோடு அணைத்து சேலையை விலக்கி, புகையிலைக்கட்டை போல் கிடந்த மார்பெலும்பில் பூவரசங்காய்களைப் போல் துருத்தியிருந்த காம்பில் பிள்ளை வாயை வைத்து அழுத்தினாள். அப்படியே பல்பதித்து விட்டது.

''கடிச்சிருச்சிடி, இந்தத் தேவாங்குக்கு இதுகூடத் தெரியுதம்மா'' ஆத்தமாட்டாமல் வீறிட்டாள். ஆளாளுக்கு கத்தினா என்ன நாடகமா நடக்குது என்பதுபோல் கேட்டு வந்தவள் பக்கத்து வீட்டுச் செண்பகம்.

''தாய்க்கும், மத்ததுக்கும் வேத்துமை தெரியாமலா போகும்?''

கையேந்தி வாங்கிக் கொண்டாள். தாய்க்கும் பாரு, நோய்க்கும் பாரு என்கிற மாதிரி காணாமல் போன தாயைப் பார்க்கவா, இந்த நோயைப் பார்க்கவா என்று தெரியாமல் அலமந்து போனார்கள்.

குறிபார்த்துச் சொல்லும் கோனார்ப் பாட்டையா வீட்டுக்குப் பரமசிவமும் அண்ணன் சர்க்கரையும் எட்டுப் போட்டார்கள். கோனார் தடயம் கண்டுபிடித்துச் சொல்லக் கூடியவர். அந்த வல்லவரிடம் போய் உட்கார்ந்தார்கள். இன்ன வீட்டில் இன்னாரைக் காணோம் என்ற சேதி அவர்கள் வருகைக்கு முன்னமே அவரை வந்தடைந்திருந்தது. பரமசிவமும் சர்க்கரையும் வந்த வேகம் விபரீதத்தை பாட்டையாவுக்குச் சொல்லியது. உட்கார்ந்தவாகும், கொராவிய முகமும் பய எதுக்கு வந்திருக்கான் என்று சொல்லிவிட்டது.

''இந்த இருட்டில தடயம் தெரியுமாடா, கோட்டிப்பயலே?'' விரட்டினார்.

''இல்லே, பாட்டா''

அவர்களுக்கு சண்முகத்தாய் பயம் கொடுத்திருந்தாள்.

''அவ விதி முடிஞ்சிருச்சி. அவளுக்கு விஷத்தில கண்டம்னு இருக்கு'' பதில் கிடைத்தது. ஒவ்வொரு உயிரும் முடிகிற நேரம் கண்டம்.

நீரில் கண்டம், நிலத்தில் கண்டம், தீயில் கண்டம், விசத்தில் கண்டம் என்று சாவு வருகிறபோது அது அதைப் பொருத்திக் கொண்டார்கள்.

"பொழுது வெளுத்ததும் தடம் பாக்கிறதை வச்சிக்கிருவோம். அதுக்கு முன்னே வழி ஒண்ணு இருக்கு" என்றார். அறிய ஆவல் கொண்டவர்களாய் அதற்காகவே வந்திருந்த பரமசிவமும், அண்ணன் சர்க்கரையும் தமக்கான வாக்கு கிடைத்து விடுமென முகம் தூக்கிப் பார்த்தார்கள்.

வட்டாரத்திலுள்ள ஓடையோ, ஆறோ, நீர்நிலையோ தண்ணீர் முகம் பார்த்து பலகாலம் கடந்துவிட்டது. ஊர்க் கண்மாய் ஒன்று உண்டு. அதைத் தான் சொல்லப் போகிறார் என்று பரமசிவம் நினைத்தான்.

"நடுக்கண்மாயில ரெண்டு ஆள் ஆழம் இருக்குமா பாட்டா?" சந்தேகத்தை முன் வைக்கிறான்.

"உள்ளே இறங்கித் தேடலாமின்னா? முங்கிமுங்கித் தேடுனாலும், ஒரு மர்மம் புலப்படாது. மர்மத்தை வேற எடத்துலதான் தேடணும்" என்றார்.

நீரிலும் நிலத்திலும் தேடுவதற்குப் பதில் வீடுகளில் தேடுங்கள். மேற்குத் தெருக்களில் கதவு கதவாய்த் தட்டுங்கள். ஆள் ஆளாய்க் கேளுங்கள். உண்மை தெரிந்துவிடும். மர்மம் திறக்கப்படும். எந்த வீட்டில் இளவட்டப்பயல் இல்லையோ, அந்த இடத்தில் பார்வை பதியுங்கள் என்று கோடிகாட்டுகிறார்.

புலர்பொழுது வரை காத்திருக்க வேண்டியதாயிற்று.

கிணறுவெட்ட, பாறைக்கு வெடி கிட்டித்து வைப்பார்கள். தொலைவில் கொளுத்திய திரி புஸ்புஸ்ஸென்று எரிந்துபோய், கிட்டித்த பாறையில் வெடிக்கும். வண்ணாக்குடியில் கொளுத்திய திரி புகைந்து, மேலத்தெரு சுப்பாராம் வீட்டில் போய் வெடித்திருந்தது. கிழக்கு வெளுத்து ஒருபாகம் ஆனபோது ருசுவானது.

பா. செயப்பிரகாசம் 43

வண்ணாக்குடி, குசக்குடி, அருந்ததியார், பள்ளர், பறையர் என்று குடிகள் இருந்தனர் எல்லாத் தெருக்களும் சிவன் காளைகளுக்காக உண்டாக்கப்பட்டிருந்தன. உயர்சாதித் திசை நோக்கி இந்தக் குடிகள் திருப்பி வைக்கப்பட்டிருந்தன.

2

''ஒனக்கு நேரம் காலமில்லையா?''

''என்ன தாயி. கொஞ்சம் பிந்தீட்டேன்''

சின்னமணி சோற்றுப்பானையை முன்நீட்டி ஏந்தினாள். நடுவீட்டு அம்மாவிடமிருந்து சடைப்பாய் சோறும் வார்த்தைகளும் சரிந்து கொண்டிருந்தன.

''எல்லாத்தையும் எடுத்து வச்சாச்சி. மிச்சம் மீதி இருக்கிறத வழிச்சிக் கொட்டீட்டு சட்டியைக் கவித்து வச்சிருப்பேன்''

சின்னமணி தப்பித்து விட்டதாகச் சொல்கிறது நடுவீடு. உண்மைதான். வண்ணார், முடி திருத்துவோர் ஆகிய தொழிலாளிகள் வருவார்கள் என்று மெனக்கெட்டுக் காத்துக் கொண்டிருக்க இயலாது. சிலச் சில வீடுகளில் எப்படித்தான் தெரியுமோ போய் நின்றதும் ''போய்ட்டு வா சின்னா'' என்பார்கள். ஆனால் அப்படியாப்பட்டவள் இல்லை நடுவீட்டு அம்மா. தன்மையான குணம். குணவதியான அவ்விடம் என்ன பேச்சு என்றாலும் பேச முடியும். மெல்ல நடுவீட்டுக் காதுக்கு மட்டும் சேர்ற மாதிரி சின்னமணி கேட்பாள்.

''ஏன், ஆத்தா நேரமாயிருச்சா?''

'ச்சா' என்பதை அழுத்தி விதைபோட்டாள்.

''வண்ணாப் பிள்ளைக்கு கொழுப்பைப் பாரு''

நடு வீடு கடந்து இரண்டு மூன்று வீடுகளில் சோறு எடுத்தவள், ஊர் முகணையை வந்தடைந்தாள். ஊரின் கட்டக்கடைசியில் தனியாய்

இருக்கிறது வீரபாண்டி மாமா வீடு. அவரும் அவருடைய சம்சாரமும் இருப்பு. எஞ்சிவனேன்னு வீட்டின் முன்னால் உட்கார்ந்திருப்பார். அவரைப் போல அவர் வீடும் உட்கார்ந்திருக்கக் காணலாம். வாழ்வின் ஒருதிசை பாக்கியில்லாமல் அடைக்க வாழ்ந்து கடந்தார் என்று சொல்ல லாயக்கில்லை. அவருடைய எச்சம் என்று சொல்ல பிள்ளை கூட இல்லை. எல்லாம் முடிந்து போன பின், இப்போது சொந்த ஊர் போய்ச் சேர வேண்டிய நேரம். காத்துக் கொண்டிருக்கிறார்.

பகல் வாழ்வின் மிச்சம் மீதி எல்லாவற்றையும் ஒதுங்க வைத்து, ஓய்வு கொள்ள ஊர் தயாராகிக் கொண்டிருந்தது. ஊர் தலைசாய்க்கு முன்னாலேயே முதல் தூக்கத்துக்குப் போயிருந்தார்கள் வீரபாண்டி மாமாவும் சம்சாரமும். முன்னத்தி இரவில், அவர்வீட்டுக் கதவு முன் சோற்றுப் பானையை வைத்துவிட்டு மேற்காமே விடுவிடுவென்று நடந்தாள் சின்னமணி. அசந்து படுத்திருந்த வீரபாண்டி மாமாவுக்கு சரசரவென்று புதருக்குள் மறையும் விலங்கின் ஓசை போல கேட்டது. திரும்பிப் படுத்தார்.

துறையூர் செல்லும் நெடிய சாலை, ஊர்முகணையோடு கை குலுக்கிப் பிரிந்தது. சாலை நடுவில் மல்லாக்கப் படுத்து கால்களை மேல்மடக்கி ஒரு நாய், ராத்திரிக் குளிச்சியை சுகம் கண்டு கொண்டிருந்தது. 'ச்சூ...' என்று விரட்டினாள். தியானத்தில் இருந்த நாய் கண்டு கொள்ளவில்லை. சின்னமணி முன்னேறினாள்.

கிராமத்துக் கண்மாய்க் கரைமுடிவில் இடப்புறம் கன்னியாலம்மன் கோயில். அவர்கள் ஏழு கன்னிமார்கள். ஏழு கன்னிமார் சிலைகள் மேல் சடைவிழுந்த தலையுடன் கவிந்திருந்தது வன்னிமரம். கருவேல முள்ளால் கோட்டை. பகல்பொழுதிலேயே வன்னிமரத்தடி இருட்டு தைத்து பல பேருக்கு விருளியடித்திருக்கிறது. இந்தக் கடும் பொழுதில் இவ்விடம் வருவதற்கு என்ன நியாயம் என்றெண்ணி கூகை லேசாய் கத்தியிருந்தாலும், 'அடிக்கொப்புமில்லை; பிடிக்கொப்புமில்லை' யென்று ஆதாரமில்லாமல் கீழே சாய்ந்திருப்பாள் சின்னமணி.

பா. செயப்பிரகாசம்

அவளிருந்த மூர்க்கத்திற்கு வன்னிமர இருட்டடியும், மாசிமாத இருட்டும், கூகை வெருட்டலும் எதுவும் செய்யப் போவதில்லை. கன்னியாலம் மன்கேளோடு கன்னியாலம்மனாய் ஒரேமதியாய் காத்திருந்தாள்.

''கம்மாய்க் கரையோரம் கன்னிமர மூலையிலே
தாழம்பூ மடலோரம் தங்கந்தானே நிக்கிறது''

என்கிறபடி வெள்ளை வேட்டி சட்டையுடுத்தி குதிரை போல் 'ஹெர்குலிஸ்' சைக்கிள் கைப்பிடித்து சிவன்காளை நின்றிருந்தான்.

சைக்கிளின் பின்னிருக்கையில் ஏறிக்கொண்ட அவள், பின்பக்கமிருந்து மாலை சூடுபவள் போல் அவனிரு தோள்களின் அடியில் கைகள் கோர்த்து பின்னிக் கொண்டாள். கிண்ணென்று இறுக்கினாள். இறுக்கம் ராத்திரிக் குளிச்சிக்கு தேவையாயிருந்தது. ஆற்றங்கரைப் புதூர் என்ற சிறுபட்டியைக் கடந்தபோது நிலா அவர்களை வெறித்துப் பார்த்தது. வேடிக்கை பாருங்கடி என்று பக்கத்திலே நட்சத்திரங்களைக் கூட்டம் சேர்த்துக் கொண்டது. சின்னமணியின் நுங்கு போல நாக்கு பின்புறமிருந்து தீண்டியதில் அவன் காதுக் குருமடல் கூசிற்று. சைக்கிளின் வேகம் கண்டு மாடும் மட்டையும் விலகின. உடம்பு சிலிர்க்க, சிவன்காளை மதுரைச் சாலை மேடேறினான். தொடர்ந்து வந்த நிலா பதனமாய் அவர்களை மதுரைக்கு வழியனுப்பியது.

3

''கஞ்சி ஊத்துங்க தாயி'' என்ற இறைஞ்சும் குரல் இனி எந்த வாசலிலும் கேட்காது. வீட்டுவீட்டுக்கு உடுப்பு துவைத்துக் கொடுத்து, வெள்ளாவி வைத்து, முட்டுத்துணி எடுத்துப் போய், கட்டிச் சோறு கட்டி கழுதைகளைப் பத்திக் கொண்டு உவர்மண் எடுக்க போய்வரும் தொண்டூழியக் காட்சிகளுக்கு இனி அவர்கள் ஆள் இல்லை. தெரிஞ்சும் தெரியாமல் கவுல்மார்க்கமா (தந்திரமா) போய் எவராவது செய்ததாக

சேதி வந்தால் விலக்கி வைக்கப்படுவார்கள். வண்ணாக்குடியில் கட்டிப் போட்டிருக்கிற கழுதைகளை விரட்டிவிடுவது என்று தீர்மானித்தார்கள்.

இனி தொண்டூழியம் பார்க்கிற வேலை வேண்டாம் என்று சபையில் தீர்மானம் எடுத்தார்கள்.

சபை எடுத்த இரண்டாவது முடிவு மோட்டிப்பானது.

பெண்டு களவாடின பயல் இன்னும் தட்டுப்படவில்லை. தட்டுப்பட்டால் இடுக்கிக் கொண்டுபோய் நல்ல சீருக்கு அடி சவட்டி எடுத்து, அப்படியே ரெண்டு பேரையும் மதுரை சங்கக் கட்டிடத்தில் நிறுத்தி அவள் கழுத்தில் தாலியைக் கட்ட வைக்கணும் என்று முடிவெடுத்தார்கள்.

"வண்ணாத்தி மாத்து,
சும்மா போட்டு லாத்து"

இதுகாலமும் அவர்கள் துவைத்து சலவை செய்து கொடுக்கும் துணிகளுக்கு வந்த கேடு இப்போது பெண்டுகளுக்கும் வந்துவிட்டது. பெண்டுகளையும் மாத்துத் துணிபோல் தூக்கிக் கொண்டுபோய் லாத்துகிற கயவாளித்தனம் ரொம்ப ஆகிவிட்டது. மேலத் தெருவிலிருந்து பல்லக்கு மாதிரி புறப்பட்டு ஊரை வளையமடித்த ஹெர்குலிஸ் சைக்கிள் ஒரு கைப்பிள்ளைக்காரியை சிறையெடுத்துப் போனது ஊருக்குப் புதுசில்லை. எப்போதாவது நடக்கும் என்பதில்லை. கண்மாய்களில், ஏரிகளில் நீர் உயரம் காண நட்டி வைத்த குத்துக் கல் போல், மேச்சாதியை அளவிடும் அந்தக் கல் காலகாலமாய் இருந்து கொண்டு வருகிறது. கொஞ்சநாள் முன் அது ஹெர்குலிஸ் சைக்கிளாக இருந்தது. அதற்குமுன் வில்வண்டி என்கிற கூட்டுவண்டியாக இருந்தது.

முதல்நாள் பொருள் பறிபோயிருந்தது. மறுநாள் கோவில்பட்டியில் கூடியது சபை. சலவைத் தொழிலாளர் சங்கத்தலைவர், செயலாளர் மதுரையிலிருந்து வந்திருந்தார்கள். பொருளைப் பறிகொடுத்தவனும், பொருளுக்கு உரித்தானவர்களும் கூடியிருந்தார்கள். சின்னமணியின்

குடும்பத்தினர் ஆத்தா, அப்பன், சித்தப்பூ என்று வந்திருந்தார்கள். பாதரவாகிப் போன பிள்ளையை இடுக்கிக்கொண்டு போயிருந்தாள் தேவானை. இளங்குருத்துத் தொண்டையிலிருந்து கிளம்பிய அழுகுரல் தாய் இல்லை என்பதையும், தாயாகப்பட்டவள் எல்லை தாண்டிப் போய்விட்டாள் எனவும் சபையில் விளக்கமாய்ச் சொல்லியது. விஸ்தாரமாய் இத்தனை கதைகளையும் வாய்ப்பேச்சில் இறக்கி வைக்காமல், குருத்துத் தொண்டையிலிருந்து கிளம்பும் 'கிய்யா கிய்யா' அழுகையால் உணரப்பட்ட முதல் சபை அதுவாக இருந்தது.

பச்சை மண்ணைப் பார்த்துப் பார்த்து வீங்கி விசாந்து நின்ற தேவானை,

''இந்தப் பாவம் யாருக்கு சாமி! இந்தப் பாவத்தை நா எங்க போய் எறக்கி வைக்க?'' பிள்ளையைக் காட்டிக் கேட்டாள்.

''தாக்கல் வந்திச்சு. ஒரு நிமிட்டில வந்திட்டோம்ல'' என்றார் தலைவர் வீரண்ணன்.

சபையை ஏறெடுத்துப் பார்த்து, முழுச் சபைக்கும் தெரியப் படுத்துகிறவராய்,

''இப்ப, ஒங்க பிரச்னையை நாங்க ஏத்துக்கிட்டோம் ஆத்தா'' என்றார்.

சலவைத் தொழிலாளர் சங்கம் கோவில்பட்டியில் கூடியது ஒரு சாதுரியமான வினைப்பாடு. பொருள் பறிபோன பொம்மையா புரத்தில் கூடவில்லை. அங்கிருந்து மேற்கில் கொஞ்சத் தொலைவில் வட்டாரத் தலைநகர். அங்கு கூட்டுவதற்கு லாயக்கில்லை. வட்டாட்சியர் இருந்தார். காவல்துறைக் கண்காணிப்பாளர் இருந்தார். காவல்துறை சரகத்துக்குட்பட்ட குற்றவியல் நடுவர் நீதிமன்றமும், நீதித்துறை மன்றமும் இருந்தன. எல்லாம் இருந்தும் பிரதேசத்தில் நீதி என்ற ஒரு பொருள் மட்டும் கிடைக்கவில்லை.

காற்சதங்கையுடன் ஆடும் சாமியாடியின் கழுத்தில் தொங்கும் சாட்டை போல், அந்தச் சிறுநகரின் கழுத்துக்கு மேலாக ஆறு ஓடியது. ஆற்றையும், அதை ஒட்டிய நிலங்களையும் வளைத்துப் போட்டு வைப்பாட்டியாக வைத்துக் கொண்ட சாதிக்காரர்களின் இறுக்கமான பிடியில் வட்டாரம். அவர்களின் ஆட்சிப் பிரதேசம் அந்த வட்டாரம். அங்கு நடக்கிற சபையோ, ஆலோசனையோ ஏதொன்றும் அவர்கள் பார்வையிலிருந்து தப்ப இயலாது.

இதுவரை புரண்டு புரண்டு அந்த இனம் காவுகொடுத்தது நிறைய்ய. இனியும் காவு கொடுக்க ஏலாது. வண்ணாக்குடி மட்டும் தான் மேல்சாதிக்காரர்களுக்கு பாத்தியப்பட்டது என்பதில்லை. வரலாற்றில் நீண்டகாலம் தாமதித்து விட்டவர்களின் ஒரு வீடும் அவர்களுடையதாக இல்லை.

பரமசிவத்திடம் உறுதி வாங்கிக் கொண்டார்கள். அவன் ஒத்தை ஆளின் உறுதிதான் இதில் தேவைப்படுகிறது. அவனுடைய பலத்தில் அவர்கள் மேலே மேலே எடுத்துச் செய்ய நிறைய இருக்கிறது. முட்டீட்டு குனியற கதையாய் ஆகிறக் கூடாது என்கிறார் தலைவர்.

''ஏ, என்னப்பா சொல்றெ?'' மறுபடி கேட்டார் தலைவர்.

''அநியாயம் எங்கிட்டெங்கிட்டோ என்று அலட்சியமாய் இருக்கக் கூடாதுலே'' பரமசிவத்தைப் பார்த்து செயலாளர் குமராண்டி கண்டிஷனாகக் கேட்டார்.

''மறுக்க மறுக்கக் கேட்டுக்கிட்டு, என்ன கேள்வி சித்தப்பூ? என்ன சொல்ல இருக்கு? குச்சி முறிச்சிப் போட்டுட்டுப் போய்க்கிட்டே இருப்பேன்'' என்றான் சபையைப் பார்த்து.

''அதில நிக்கணும்பா. பொண்டாடியக் கண்டுட்டா, சடக்குன்னு மாறீரக் கூடாதிலே''

''துண்டைப் போட்டு தாண்டட்டுமா, சித்தப்பூ?'' என்றான் கோபமாய்.

சபைமுன் விரித்துப் பரப்பிய செய்திகளை முன்னிட்டு, அன்றோடு அவளைத் தீர்த்துவிட ஈயமாய்த் துடித்தபடி இருந்தான்.

அவள் ஓடிப்போவதற்கு முன்னான இரண்டு நாட்களை பரமசிவம் நினைத்தான். அந்நாட்களில் பேச்சு சுதாரிப்பில்லாமல் ஒரு வடியாய் இருந்தாள். துவைப்புத் துறையில் அவள் கால் வைக்கவில்லை. மந்தக்கமாய் நின்றுக் கொண்டிருந்தாள். துவைத்து அவன் வெளியில் வீசிப் போட்டதைக் காயப்போடாமல் நின்றாள். புஞ்சிரிப்பை உதட்டில் விரவிய அவன் ''மெகால் பிடிச்சிருக்கா?'' என்று கேட்டபோது அவள் நின்ற கோலம், அவனுக்குள்ளிருந்து சன்னமான எரிச்சலை உதட்டுக்குத் தள்ளியிருக்க வேண்டும்.

''ஏளா, பிள்ளை ஞாபகம் எடுத்துக்கீருச்சா? போ தாயீ, மகனைப் பாத்துட்டு வா'' என்றான். 'இல்லை மாமா' தடுமாற்றம் வந்தது.

அன்று அவள் ஓடிப் போகப் போகிறாள்.

பிள்ளை பெற்ற பச்சை உடம்பு, காய்ந்து இறுக்கம் கொள்ளுகிற வரை தண்ணீரில் இறங்கக் கூடாது. துவைப்புத் துறைக்கு வரக்கூடாதென்று அவன் தடை போட்டிருந்தான். ஆனாலும் சட்டை செய்யவில்லை. பொழுதா பொழுதன்னைக்கும் வீட்டிலேயே பிள்ளையக் கொஞ்சிக் கிட்டிருக்கவா என்று சொல்லி அத்தையிடம் விட்டுவிட்டு, கம்மாய்த்துறைக்கு வந்து நின்றாள். ஈளக்கமா (பொறுப்பில்லாமல்) இருக்கிறா என்று பேச்சு பாய்ந்துவிடக்கூடாது. மார்பு கனக்கிறபோது வீட்டுக்கு எட்டி நடை போடுவாள். பிள்ளை வளருகிற வரை, வீடுகளுக்குக் கஞ்சிக்குப் போகிற ஒரு வேலையை மட்டும் சின்னமணி செய்துகொள்ள விட்டிருந்தான். துவைப்பு, காய வைப்பு, சலவையை வீடுகளுக்குப் போய்க்கொடுப்பது, வெள்ளாவி -அவன் ஒத்தை ஆளாய்க் கவனித்தான். இந்தப் புள்ளியில்தான் 'கோக்குமாக்கு' நடந்திருக்கிறது.

4

''கோயில் காளைக்குப்பேரு சிவன் காளையா? நல்ல பொருத்தம்''

போலீஸ் திரும்பத் திரும்ப அடி சவட்டி எடுத்தான்.

அடிக்க லத்தியை உயர்த்திய போலீஸ் ஆச்சரியம் பரவப் பார்த்தான். வீறிட்டவள் சின்னமணி.

''நல்ல கனிவான உருப்படியைத்தான் கடத்தீட்டு வந்திருக்கான்'' என்றான் அவளைப் பார்த்து.

போலீஸ்காரன் துப்பிய வார்த்தைகள் 'சதக்' கென்று ஆழமாய்த் தைத்தது. அவள் இன்னொருவன் மனைவி என்ற பார்வை இல்லை. அவளையும் அடக்குவது என போலீஸ் நகர்ந்தான். போலீஸ் அடுத்த நகர்வை எடுத்துக் கொள்ள பரமசிவம் அனுமதிக்கவில்லை. ஆவேசம் கொண்டவன் போல் முன்னால் வந்தான்.

''கூப்பாடா போடுற, ஓடுகாலி''

உண்டானவனுக்கு உரிமை இருக்கிறது. போலீஸ்காரன் எடுத்துக் கொள்ளவிருந்த இடத்தை கைப்பற்ற முந்திக் கொள்கிறான் என்பது ருசுப்பட்டது. பரமசிவம் அவள் கையைப் பிடித்து ஒரு சுண்டு சுண்டினான். வலி தாங்கமாட்டாதவளாய் சின்னமணி ''மாமா'' என்று கத்தியவாறு அவன் காலில் விழுந்தாள். பிடித்த கால்களை விடவில்லை. சட்டென கால்களை உதறி இடுப்பில் 'நலுக் நலுக்' கென மிதி மிதித்தான். துவைப்புத் துறை வேலைக்குத் தாங்காது என நினைத்து ஒதுக்கமாய் வைத்த அந்த பச்சை உடம்பிலேயே மிதித்தான். அந்தப் பொழுதில் அவனும் ஒரு துப்புக்கெட்ட போலீஸாகிப் போனான்.

பரமசிவமும் அண்ணன் சர்க்கரையும் சிவன்காளை மேல் கை வைக்கவில்லை. எச்சரிக்கையாக இருந்தார்கள். கைவைத்து விட்டு மறுபடியும் கிராமத்திற்குள் போய்க் கால்வைக்க வேண்டும். சிவன்காளைகளின் பார்வைக்குள் மீண்டும் அவர்கள் ஜீவனம் செய்ய வேண்டியிருந்தது.

விடுதி மாடியிலிருந்து சிவன்காளையை இழுத்துக் கொண்டு வெளியேறிய போலீஸ்காரர்கள் ஆட்டோவில் ஏற்றி ஆளுக்கொரு பக்கம் உட்கார்ந்தார்கள். தெருவழியே இழுத்துச் செல்லவில்லை. பத்திரிகைகள் படத்துடன் தொலை தூரத்துக்கு அசிங்கத்தை சுமந்து செல்கின்றன. தீனிகேட்டு அலையும் பத்திரிகைகளுக்கு இடம் கொடுக்காது, பத்திரமாய் ஒளித்துக் கூட்டிப் போனார்கள்.

ஆட்டோவில் குறுக்கிக் கொண்டு வந்த சிவன்காளையின் நினைப்பு வேறொரு திக்கில் ஓடியது. வட்டாரத்தில் இந்நேரம் சேதி பரவி மானக்கேடு ஆகியிருக்கும். 'ஒண்ணொண்ணா நூறா ஒருமிக்க நூறா' என்ற கணக்கில் அவமானம் குவிந்திருக்கும். பெற்றவர்கள் தலைக் குனிவாகியிருப்பார்கள். இழுத்திட்டு ஓடினதுதான் ஓடின, நம்ம சாதிகள்லயே எத்தனையோ இருக்கெ, அதுல ஒண்ணு கெடைக்கலையா என்ற அங்கலாய்ப்பும் வட்டாரப் பேச்சாகியிருக்கும். தாட்டியமாய் விளங்கிய வீட்டுப் பெயர் பொசுங்கட்டையாப் போய்விட்டது. யோசிப்புகளுக்குள் முட்டுப்பட்டுக் கொண்டிருந்தான். லேசாய் நினைத்துக் கொண்டு செய்தது, வல்வினையாய் மாறிவிட்ட நடுக்கத்தில் 'வேண்டாம், வேண்டாம்' என்று தன்முணக்கம் போல் பேசிக் கோண்டான். காவல் நிலையத்துக்குக் கூட்டிப் போவது நடக்கக் கூடாது. மெல்ல போலீஸ்காரனின் கால்களைத் தொட்டான்.

''ஒன்னைய அங்கெல்லாம் கூட்டீட்டுப் போவமா?'' என்றார்கள்.

போலீஸ்காரர்களும் அடிபட்டவனும் ஆளுக்கொரு பயத்தைச் சுமந்து கொள்ள ஆட்டோ ஓடிக்கொண்டிருந்தது.

ஆட்டோ மதுரை முனிச்சாலை சலைவைத் தொழிலாளர் சங்கக் கட்டிடத்துக்கு முன் நின்றது. இன்னொரு ஆட்டோவில் பரமசிவம், அண்ணன் சர்க்கரை, சின்னமணி. அவள் பரமசிவத்தின் கையை இறுகப் பற்றியிருந்தாள். தனக்கு ஆதரவு வேண்டுமென்ற பரிதவிப்பை நடுக்கத்தின் வழியாய் உணர்த்திக் கொண்டிருந்தது அவள் கை. மொத்த

உடம்பின் அதிர்வில் அந்தச் செய்தி அவனுக்குப் பரிமாறப்பட்டுக் கொண்டிருந்தது.

அவனுடைய வலது தோளில் ஈர நசநசப்பு பரவியது. தோளில் சாய்ந்தவளின் கண்ணின் நீர்.

''எம் பிள்ள, எம்பிள்ள'' மகனை நினைத்தாள். புலப்பம் கூடியது.

''ஏந் தாயி, இப்படிச் செய்தே?'' தனக்குள் துயரப்பட்டுக் கொண்டான். பரமசிவம் மெல்ல மெல்ல இளகிக் கொண்டிருந்தான்.

தொண்டைக்குழிக்குள் 'கடக்' கென்று அவள் அழுகையை விழுங்கும் சத்தம் கேட்டது. கேவலினூடே''என்னைக் கொன்னுருவீகளா மாமா?'' என்று முனக்கம் செய்தாள் ''அட பைத்தியக்காரி''

பரமசிவம் எதுவும் பேசாமல் வந்தான். பக்கத்தில் உரசி உட்கார்ந்திருப்பவளின் மனசுக்குள் பறிந்து கொண்டிருக்கிற நீரோட்டம் அவனுக்குள்ளும் ஓடிக்கொண்டிருந்தது. அவள் கன்னத்தில் கோடாய் இறங்கும் நீர்த்தாரையை ஆட்டோவுக்குள் பாய்ந்த வெளிச்சம் காட்டிற்று. 'யார் வச்ச தீயோ நீயும்நானும் வெந்து போனோம்' என்று மனசைக் கசக்கிக் கசக்கிப் போட்டபடி வந்தான். தாரை தாரையாய் நீர்சொரிந்து கொண்டிருந்தவள், அவனுடைய கைப்பிடியை மேலும் மேலும் இறுக்கிக் கொண்டே போனாள்.

''என்னையக் கைவிட்டிராதீங்க மாமா''

அவர்கள் முனுச்சாலை கட்டிடத்துக்கு வந்து சேர்ந்தார்கள். உள்ளே நுழைந்ததும் சிவன்காளையின் பின்புறம் கட்டிய கைகளை அவிழ்த்துவிட்டான் போலீஸ்காரன்.

சங்கத் தலைவர் அவனிடம் சொன்னார் ''இப்ப ஒனக்கும் இவளுக்கும் கல்யாணம். இங்ஙன நடக்குது''

பிரமத்தி அடித்தவன் போல் பார்த்தான் சிவன்காளை. இந்த ஆக்கினையை அவன் லவலேசமும் எதிர்பார்க்கவில்லை. கூடியிருந்தவர்கள் தயாரிப்புடன் வந்திருந்தார்கள்.

தலைவர் வீரண்னன் கேட்டார் ''ஒன்னையும் இவளையும் பதிவுத் திருமணம் செய்து வைக்க முடிவு செஞ்சிருக்கோம். நீ இவளை வச்சி வாழணும். இப்ப இல்ல, எப்பவும்''

பயத்துடன் 'முடியாது' என்றான்.

வாயோடு சேர்த்து 'சப்' பென்று ஒரு அடிகொடுத்தான் போலீஸ். போலீஸ்காரர்களுக்கு நல்ல சீருக்கு துட்டு வெட்டியிருந்தார்கள். காசைக் கொடுத்து போலீஸைத் தன்னக் கட்டி விட்டார்கள் என்ற சொல் நாலாம் பேருக்குத் தெரியாது. தெரியக் கூடாது என்பதில் அவர்களுடன் போலீஸூம் கருத்தொருமித்து நடந்தது .

''வீட்ல கேட்டுத்தான் சொல்லணும்''

மெல்ல முனக்கம் செய்தான் சிவன்காளை.

''வீட்ல சொல்லீட்டுத்தான் இழுத்திட்டு ஓடினயா? அன்னைக்கு அந்த உணத்தி வரலையே தம்பி'' வீரண்ணன் இளக்காரமாய்க் கேட்கிறார்.

தன் அதிகார எல்லையை சரியாய் உணர்ந்திருந்த போலீஸ்காரன் குறுக்கிட்டான். ''இப்ப நெனைச்சாக்கூட, ஒன்னையக் கொலைகேஸ்ல மாட்டி உள்ள தள்ள முடியும்''

கொலைகூட செய்திட்டுப் போயிரலாம். தாழ்ந்த குடிப்பெண்ணை வைத்து வாழ முடியாது. சிவன்காளைக்குள் உள்நினைப்பாய் ஓடியதைப் பிடித்திருந்தார் வீரண்ணன்.

''அப்ப தொடுப்பா வச்சிக்கிறேங்கறயா?''

நடைமுறையில் என்ன உண்டுமோ, அந்த வழிமுறையை வைத்துத்தான் சொன்னது.

''அதுக்கும் ஒங்க சாதியில வழியிருக்கே'' என்றார் எத்தலாக.

''அவன் 'சரி'ன்னாலும், முடியாதுன்னாலும் அவனுக்குத்தான் கட்டிவைக்கப்போறோம். நீ அவனோட இருந்து வாழ்ந்துக்கோ''

சின்னமணியைப் பார்த்துச் சொன்னார் குமராண்டி. அவளிடம் சொல்ல வேண்டிய தேவையே இல்லை என்பதுபோல் அவரைக் கையமர்த்தினார் வீரண்ணன்.

"நாங்களும் நேரு சீராய்ப் போயிராலாமின்னு தான் எவ்வளவோ முயற்சி செய்றோம். ஆனா ஒன்னைய மாதிரி கொசமுசாக்குப் பிடிச்ச பயலுக விடமாட்டேங்கிறாங்க" என்றார் செயலாளர் குமராண்டி.

அடிபட்ட பறவைபோல் குன்னிப் போயிருந்தவளின் விருப்பத்தை அவர்கள் எதிர்பார்க்கவில்லை. அது வேண்டாதது என்று எண்ணினார்கள். ஒரு பெண்ணின் மனது எவருடைய காதுக்கும் எடுபடாமலே போகிறது. யாருடையதோ போல் அவளது சின்னக்குரல் வந்தது.

"எனக்கு எம் மாமாதான் வேணும்"

தேம்பினாள். இன்னும் அவள் கை அவனுடைய கையிலேயே இருக்கிறது. பரமசிவத்தை இறுகப் பற்றியிருந்தவளையும் அவளுக்கு அணைவாய் இருக்கிற காட்சியையும் கண்ட வீரண்ணன், குமராண்டி அதிர்ச்சி கொண்டார்கள்.

தலைவர் வீரண்ணன் எழுந்தார். திட்டமிட்டது போல் இல்லாமல், ஏதோ குள்ளமள்ளம் நடக்கிறது. தடம் மாறுகிறது. பரமசிவத்தை பக்கத்து அறையைக் காட்டிப் போகும்படி சொன்னார்.

சின்னமணி எழுந்திருக்க எத்தனித்தபோது, "ந்தா, சும்மா உட்கார்" என்று அதட்டினார்.

கொஞ்சப் பொழுது தாண்டி வீரண்ணன் அறைக்குள் வந்தார். அவரது ஏறெடுத்த பார்வை பரமசிவத்தின் மேல் விழுந்தது.

"படுதாவை இறக்கிட்டான்" என்றார் குமராண்டி.

"என்ன சொல்றான்"

"காட்சி மாறுது"

பா. செயப்பிரகாசம்

வீரண்ணனின் வியப்பு மேலோங்கியது. ''ரெண்டு முகமும் றொங்கிப் போய் (கிறங்கி) இருக்கிறப்பவே புலப்பட்டிருச்சி. அப்பவே நெனைச்சேன் ''

அவனைப் பார்த்தார். சலிப்பு படருகிறது.

''அந்த கொசக்காளிப் பயல வசமா மடக்கிட்டோம்னு நெனச்சா, இவன் அதுக்கு மேல இருக்கான். எந்தப் பொண்ணையும் மொங்கான் அடிச்சிட்டுப் போறபயல சும்மா விடக்கூடாது. என்னடா சொல்ற நீ?''

நேருக்கு நேர் கேள்வி வைத்தார். பரமசிவம் மௌனமாக இருந்தான். அவர்கள் சொல்லுக்கும் இவன் நினைப்புக்கும் வெகுதூரம் என்று தோன்றியது.

''அன்னைக்கு குச்சி முறிச்சிப் போட்டுட்டுப் போயிட்டேயிருப்பேன் என்று வீறாப்பு பேசினது இவன்தானே?'' நினைவுபடுத்தினார் குமராண்டி.

''நாக்கு என்ன நட்டுக்க நிக்கிற குத்துக்கல்லா! அன்னைக்குப் பேசனது இன்னைக்குக் கனக்கா?'' குரலில் தீ கொண்டு வந்தார் வீரண்ணன்.

பரமசிவம் தலைவரைப் பார்த்தான்

''யாரு வச்ச தீயோ வீடு வெந்துபோச்சுன்னு, நாமளும் போயிரக் கூடுமா, மாமா?'' மெதுவாய்ப் பேசினான்.

''என்னடா பேசறே?''

பயல் பதனமான வார்த்தைகளைப் போட்டுப் பேசுகிறான். புரிந்தது. இழுத்திட்டு ஓடுன பயலைவிட, இவன் 'கோக்குமாக்கு' பெரிசாயிருக்கும் போல என எண்ணினார்.

''வெம்பரப்புல விட்டுட்டுப் போயிட்டாங்கன்னு நாளைப் பின்னே பேச்சு வருமே மாமா''

முறையீடு பிசிறில்லாது வந்தது. குமராண்டி இடை வெட்டினார்.

"இன்னைக்கு ரொம்ப நல்ல பேராயிருக்கில்ல"

"நா இல்லேங்கில. அவ அனாதரவா ஆகிருவாளே, சித்தப்பூ"

"அவளா, பிள்ளையா, ஒன்விசனம் யாருக்கு?" என்று கேட்டார்.

"ரெண்டு பேரும்தான்"

"ரெண்டு பேரும் வேணுங்கிற"

" பெண்டாட்டி இருந்தாத்தானே பிள்ளை வளர முடியும்"

"முடிவைச் சொல்லு"

"எனக்குப் பெண்டாட்டி வேணும்"

தலைவரும் செயலாளரும் வெளியேறினார்கள். சடைத்துப் போய் அடுத்து சர்க்கரை நடந்தான். முன்கூட்டி மோப்பம் பிடித்துவிட்ட போலீஸ்காரர்கள் கூடுமான மட்டுக்கும் கறக்கலாம் என்று சிவன்காளையை இழுத்துக் கொண்டு வெளியேறியிருந்தார்கள்.

தோளில் சாய்ந்தபடி தளர்ந்தவளைத் தாங்கி பரமசிவம் நடந்தான். எல்லோரும் சேர்ந்து எடுத்த முடிவை அவன் ஒருவனாய்ச் சாய்த்து விட்டான். அந்த வருத்தம் இப்படி அப்படியில்லை. ஆனால் காலடியில் கிடக்கும் கழிவை கால் பெருவிரலால் தெண்ணியெடுத்து வீசுவதுபோல் ஒருத்தியின் துயரத்தை வீசிவிட்டுப் போய்விட முடியாது.

பரமசிவமும் சின்னமணியும் ஊர் திரும்பவில்லை. இருபது கி.மீ. தொலைவான கம்மாப்பட்டி என்ற ஊருக்கு குடிபெயர்ந்து போய்விட்டிருந்தார்கள்.

பொம்மையாபுரம் வண்ணாக்குடியில் தேவானை கிடக்கிறாள். பக்கத்தில் படுத்து கிழவன் நித்திரை போகிறான். அவர்கள் ஜீவனப்பாடு மகன் சர்க்கரை ஒருத்தனை நம்பி நடக்கிறது. இப்போது யாரும் ஊர்க் கஞ்சிக்குப் போவது இல்லை.

பா. செயப்பிரகாசம்

தான் நேசித்த சின்னாவை நினைத்துக் குமைகிறபோது, ராத்திரிப் புலப்பம் பாட்டாய் தேவானை நாக்கில் புரண்டு வருகிறது.

''ஆசை கொண்டேன் தேசத்திலே
அகப்பட்டேன் கண்ணியில
வேசை மகனாலே
வெளிப்பட்டேன் இத்தூரம்''

***

இத்துடன் கதை முடிகிறது. முப்பத்தைந்து ஆண்டுகளுக்கு முந்திய நிகழ்வு இது. இந்த சம்பவத்தின் போது இருந்த தொழில், உறவுநிலை, வாழ்க்கைப் போக்கு இன்றில்லை. சமுதாயம் எங்கோ எட்டி நடை போட்டுப் போய்விட்டது. பழைய தொழில்முறையும், தொழில்முறை மீது கட்டியெழுப்பிய உறவுநிலைகளும் கவிந்த கிராமிய சமுதாயம் சிதலமாகிப் போனது மகிழ்ச்சியான சேதி. ஆனால் இழிவு இன்னுமின்னும் தொடருகிற உண்மைகள் அங்கு உயிரோடு அலைகின்றன. சபை எடுத்த முடிவும், பரமசிவம் என்ற தனிமனிதன் எடுத்த முடிவும் எது கூட குறைய என்று தீர்மானிக்க முடியவில்லை. இரண்டும் சரியானவை தாம் என்று தோன்றுகிறது.

உலகத்தினுள் ஒரு ஊர்

கிழக்குப் பக்கம் வில்வமரம். மேற்கில் வேம்பு குடைபிடித்திருந்தது. கம்மாய்க் கரைமேல், ஊரைப் பார்த்துத் திரும்பியிருந்தது தென்னந்தட்டி வேய்ந்த கூடாரம். கிளிக்காரப்பெட்டி ஓடை மணலைப் பார்த்தால் தங்கத்தூளைப் பார்க்க வேண்டியதிருக்காது. ரெண்டுகை அள்ளி வாயில்போட்டுக் கொள்ளலாம். அரிசிக் குருணைக்கு ஈடாக பொலபொலவென கிளிக்காரப்பெட்டி மணல் பரப்பிய தரையில் உடல் சாய்த்த வயசாளிகள், போதைப் பொருளை வாய்க்குள் அதக்கியது போல் கிறுகிறுத்துப் புரண்டார்கள். பின்னிருந்து தடவும் கம்மாய்க் காற்று சொக்குப்பொடி தூவுகிறது. கலப்பை, ஏருழவு, ஆடு, மாடு, மல்லிக்காயடிப்பு, கம்மங்கருதறுப்பு, பிணையல் அடிப்பு, தட்டுவண்டி, ஊணுகம்பு எல்லாவற்றையும் ஒதுங்க வைத்துவிட்ட முன்னாள் சம்சாரிகள் உடம்பைத் தோதாய் ஏந்திக் கொடுத்தார்கள்.

கூடாரத்துக்கும் ஊராட்சி அலுவலகத்துக்கும் நடுவாயுள்ள பொட்டலில் நேற்று நடந்த கும்மியடிப்பு, கோலாட்டத்தை தென்னங்கொட்டகைக்குள்ளிருந்து நேரடியாய்ப் பார்க்க முடிந்தது.

கும்மியடிப்பு நடந்த பொட்டல் வெட்ட வெளியாய்க் கிடந்தது. எங்கிருந்து எப்போது வந்தார்கள், அவர்கள் யாரென யாருக்கும்

தெரியாது. முந்திய இரவு வந்திருக்கலாம். பக்கத்து சிறு நகரத்தில் அவர்கள் தங்குவதற்கான வசதிகளிருந்தன.

பொட்டலில் முதலில் ஒரு 'வேன்' தோன்றியது. அதிலிருந்து பத்து இளைஞர்கள் இறங்கினார்கள். கிராமம் இதுவரை கண்டிராத, வித்தியாசமான ஆட்டமாக இருந்தது. அவர்களுக்கான வித்தியாசமான ஆடுகளத்தைக் கையோடு கொண்டு வந்திருந்தார்கள். பத்தடிக்குப் பத்தடியாய் மடக்கி வைத்த - ஆனால் சிமிண்ட் தரையை விட உறுதியானதாகவும், ரப்பரை விட மிருதுவாகவும் இருந்த ஆடுகளத்தை வேனிலிருந்து எடுத்தார்கள். நாற்பதுக்கு நாற்பது அளவில் சச்சதுரமாய் விரித்தார்கள். முனைகளைத் தரையில் பெரிய இரும்புக் குழாய்களை இறக்கி இறுக்கிக் கட்டினார்கள்.

ஊருக்குள் புதியவர்கள் உள்நுழைந்ததற்கும், பொட்டலைத் தேர்வு செய்ததற்கும், ஆடுகளத்தை விரித்ததற்கும் உள்ளூரில் அனுமதி வாங்கியதாகத் தோன்றவில்லை. விளையாட்டுக்காரியமாக இருந்த போதும், உள்ளூர் ஒத்தாசையின்றி இப்படியான காரியத்தைச் செய்திருக்க ஏலாது.

படபடவென்று எழுந்த டிரம்ஸ் சத்தம் அதிரடியாய் மக்களை எழுப்பியது. வீடு, தெரு விடாமல் குமுகுமுவென்று ஊர்மேல் மூடியது சத்தம். முந்திய நாளின் கும்மியடிப்பு, சாமியாட்டம் நிகழ்ச்சிகளால் அசதியில் கண்ரெப்பைகள் ஒட்டிக் கிடந்தன. பொட்டுத் தூக்கம் இல்லாமல் பாறையாய் கனத்து கிடந்த இமைகளை - மறுபடி சுமந்து பொட்டலுக்கு ஓடினார்கள்.

"என்ன, என்ன?"

ஏதோ விபரீதம் அல்லது தீவினை நடந்திருக்க வேண்டும். கண்டறியும் பதற்றம் மக்களின் ஓட்டத்தில் தென்பட்டது. விருளியடித்துப்போன மக்கள், பொட்டலில் வந்து நின்றபோது வித்தியாசமாய்க் கண்டார்கள். 'இருவிழி அத்துப் போனது' போல், நின்றுவிட்டார்கள்.

ஆட்டக்கார வாலிபர்கள் அணிந்த சீருடை, பருவத்தை மிடுக்காய் காட்டியது. கிரிக்கெட் ஆட்டக்காரர்கள் போல் விளம்பர பனியன்களை பத்து இளைஞர்கள் அணிந்திருந்தார்கள். குழுவின் மேலாளர் ஆட்டத்தையும் மக்கள்திரளையும் ஒருங்கிணைத்துக் கொண்டிருந்ததைக் காண முடிந்தது. மக்களின் உளவியலை கையில் பிடித்து நிறுத்துப் பார்த்துக் கொண்டிருந்தார். ஆட்டக்காரர்களின் ஒருவன் ஒத்தைக்கையை ஊன்றி, கரகரவென்று சுற்றி பிறகு எம்பி எழுந்தான். சுற்றி நின்ற ஒன்பது ஆட்டக்காரர்களும் கைத்தாளம் போட்டார்கள். அதைப் பார்த்து கூட்டமும் கைதட்டலானது. தனித்தனியாயும், இணைந்தும் எனப் பலவிதத்தில் ஆட்டம் களை கட்டியது. கலை நளினமும் அதைச் சுற்றிக் கட்டிய சர்க்கஸ் வித்தை வேகமும் ஒரே பொழுதில் வெளிப்பட்டன.

இரண்டு பேர் தலையை நட்டுக்க ஊன்றி பம்பரம் போல் விசையாய் சுற்றினார்கள். பம்பரத்துக்கு ஆணி போல் உடம்புக்குத் தலை. அப்படியே தோளால் முட்டுக் கொடுத்து, ஒற்றைத் தோளைமட்டும் ஆதாரமாக்கி உடம்பைச் சுற்றினார்கள். ஆட்டத்துக்கு அத்தனை வேகம்.

"டேய், அது நம்ம மார்த்தாண்டம் பய கெணக்கா இருக்கு"

"கெணக்கா என்ன கெணக்கா, மார்த்தாண்டமே தான்"

இடையிடையில் ஊரிலிருந்து அவ்வப்போது காணாமல் போகிறவன். ஒருவாரம், பத்துநாள் கழித்துத் திரும்புவான். அவனுடைய 'கிட்பேக்கில்' தினுசு தினுசாய் புதிது புதிதான உடைகளிருந்தன. பன்னாட்டு நிறுவனங்களின் விளம்பர ஆட்டக் குழுவில் அவன் சொருகியிருந்தான். ஒவ்வொரு நிறுவனமும் ஏற்பாடு செய்கிற நிகழ்வில் ஆட்டக் குழுவினர் நிகழ்வுகள் நடத்துகிறார்கள். அப்படியொரு கலை ஆட்டக்குழுவை உருவாக்கி ஒழுங்கு செய்து, பல்லைக் கடி நெல்லைக் கடின்னு பக்குவமாய் நிறுவனங்களது ஆளாகவும் மக்களுடைய ஆளாகவும் இணக்கத்தை உருவாக்கிக் கொண்டிருக்கிறார் மேலாளர்.

பா. செயப்பிரகாசம்

சாகஸ ஆட்டப் பயிற்சி பெற்ற கலைஞர்களில் ஒருவனாக உள்ளூர் மார்த்தாண்டம் மாறியிருந்தான். ஊருக்குள் எவருடைய ஒப்புதலும் இல்லாது திண்ணக்கமாய் எப்படி உள் நுழைந்தார்கள்? என்ற சந்தேகத்துக்கு இப்போது முழுவெளிச்சம் கிடைத்தது. தன் சொந்த கிராமத்துக்கு ஆட்டக் குழுவைக் கொண்டுவந்ததில் அவன் பிரபல்யமாகிப் போனான்.

ஊர்க்காரர்களின் மொத்தப் பிரியமும் அவனைத் தொட்டு, பின்னர் மற்ற ஆட்டக்காரர்களுக்குத் தாவிற்று. அவன் மார்த்தாண்டம் இல்லை. குழுவில் பெயர் மாற்றியிருந்தார்கள். டெண்டுல்கர், தோனி, மராடானோ, ரொனால்டோ, மைக்கேல் சாக்ஸன், புரூஸ் லீ - இந்த வரிசையில் ஆட்டக்காரர்கள் ஏதோ பெயரில் அழைத்தார்கள். ஊரின் நாக்கில் புரளவில்லை அந்தப் பெயர்.

கும்மியடிப்பில் முதலாவதாய் நின்றவள் முத்துப்பேத்தி. கும்மியடிப்பில் இவள் ஒருத்தி வாளிப்பான உடலோடு தனியாய்த் தெரிந்தாள். கும்மியாட்டத்தின் அத்தனை நளினமும் அவள்மேல் பூத்திருந்தது. ஆடிய பத்து வாலிபர்கள் மேலும் விழியைப் பரக்கப் பரக்கப் போட்டு விழித்தாள். யார் மேலும் முழியை ஒழுங்காய்ப் பதிய வைக்க முடியவில்லை. அங்கிட்டும் இங்கிட்டும் பறப்பவர்கள் மேல் ஓடி, தட்டாமாலை சுற்றி கடைசியாய் மார்த்தாண்டம் மேல் கெதியாய் நின்றது. முத்துப் பேத்திக்கு கிறக்கம் ஏற்பட்டது.

''அப்படியே, அத்தாசமா என்னைத் தூக்கிப் போட்டது மாதிரி தெரிஞ்சதுக்கா, ஈரக் குலையைக் கையில பிடிச்சிட்டில்ல, பாக்க வேண்டியிருக்கு'' என்றாள்.

'' என்ன, ஒருமாதிரி அவனை செண்டிச்சிப் பாக்குறா''

பக்கத்திலிருந்த அக்கா நினைத்தாள்.

கொஞ்சப் பொழுதுதான். உள்ளிருந்து விசையை ஏதோ ஒன்று தட்டிவிட்டிருக்க வேண்டும். முளையை அறுத்துக்கொண்டு

துள்ளிப்பாய்ந்த இளங் கன்னுக்குட்டி 'அவம் வேற சாதியாக்கும்' என்று கட்டுத்தறியில் அடக்க ஒடுக்கமாய் வந்து அடங்குவதற்கும்,

''பொண்ணாட்டம் சும்மா கிட , பொச பொசங்காம''

என்று அக்கா அரட்டுப் போடுவதற்கும் சரியாக இருந்தது.

''முதலில் நேத்து கும்மியடிச்ச பாப்பாக்க முன்னால வாங்க''

குழுவின் மேலாளர் அறிவித்தார். முத்துப்பேத்தி முதலில் ஓடினாள். நேற்றைய கும்மியடிப்பை மேலாளர் கண்டிருக்கிறார். பெட்டைக் குழந்தைகளை முதலில் கூப்பிட்டு ஊரைத் வசப்படுத்தும் நுணுக்க உளவியல் கைவந்திருந்தது. எல்லோரும் தண்ணி தொட்டு நகம் சீவுகிற போது, அவர் நகத்துக்கு பாலூற்றிச் சீவுகிறவாகத் தெரிந்தார். படு கள்ளன். வேனில் குளிர்பெட்டிக்குள்ளிருந்த கோக், பெப்ஸி, தம்ஸ்அப் குளிர்பானங்களைப் பெட்டைகளுக்குக் காட்டினார். அவரவருக்குப் பிடித்தமான பானத்தை எடுத்துக் கொள்ளும்படி கூறி ஒதுங்கி நின்றார். பிறகு இளையவர்களை அழைத்தார். அதிநவீன 'டி' ஷர்ட்டுகளை எடுத்து வழங்கினார். எந்த நிறுவனத்திற்காக வந்தார்களோ, அந்த அடையாளங்கள் பொறித்த 'டி' ஷர்ட்டுகளைப் பெற இளவட்டங்கள் முண்டியடித்து பெரிய தள்ளு முள்ளு நடந்தது.

வாலிபர்கள் இரண்டு பேரைக் கூப்பிட்டு ஊர்க்காரர்கள் அனைவருக்கும் குளிர்பானம் வழங்கும்படி அறிவித்தார். தலைவழியே தண்ணீர் விட்டது போல், ஊர்க்காரர்கள் உடல் சிலிர்த்து உச்சி குளிர்ந்து நின்றார்கள். விடலைகள், வாலிபர், இளம்பெண்டிர் எல்லோரும் பிரியப்படும் இரு நடிகர்களோட படங்கள் அன்றிரவு திரையிடப்பட்டன.

டிரம்ஸ் முழக்கம் - கையொலிப்பு - ஆரவாரம்- ஒலிபெருக்கி வழியாய் வெளிப்படும் அறிவிப்பு - பெத்தநாயகத்தின் வீட்டுத் திண்ணையை இடித்துக் கொண்டிருந்தது. திண்ணையில் உட்கார்ந்திருந்த அவர் சம்சாரம் ''போய்ப் பார்த்து வரட்டுமா?'' என்று

கேட்டது. அவர் அவளை முழித்துப் பார்த்தார். அந்த அம்மாவைப் பற்றி அவர்தான் சொல்வார். ''முழிச்சிப் பாத்தா ஏறெடுத்துப் பாக்கமாட்டா''

மனசின் சின்னத் துள்ளல் அடக்கமாகிப் போனது.

2

நிலங்கீறி பொழுது எழுந்த போது, பெத்தநாயகம் காலாங்கரை ஓடைப்பக்கம் நடந்தார். மழை, வெயில், புயல் எதுவென்றாலும் காலாங்கரைப் பக்கம் போய் வெளிக்கிருந்து வர வேண்டும். தரைக்கு ரெண்டு பாகம் மேல் செந்தூர முட்டை நின்றது. இன்னைக்கு என்ன செய்யப் போகிறேன் பார் என்று சிவந்த கண்களுடன் பார்த்தது. நாள்முழுக்க அது நடத்தப்போகிற ஆட்சிக் கொடுமையை முன்னுணர்த்தியது. கொடுங்கோடையில் ஊர்ப்பொங்கல் வைப்பது என்று ஊர்க்காரர்கள் தீர்மானித்துவிடுகிறார்கள். எவர் விரும்பினாலும் விரும்பாது போனாலும் சித்திரை முதல் செவ்வாய் ஊர்சாட்டி, மூன்றாம் செவ்வாய் பொங்கல் வைத்துவிடுகிறார்கள்.

அம்மனுக்கு ஊர்ப்பொங்கல். முதல் நாள் முளைப்பாரி அழைப்பு, கோயிலுக்குக் கொண்டு போகுமுன் பொட்டலில் வைத்து கும்மியடிப்பு. ரெண்டாம் நாள் ஆடல், பாடல் கலைநிகழ்ச்சி, சமயச் சொற்பொழிவு. மூன்றாம் நாளில் அரிச்சந்திரமயான காண்ட நாடகம்.

பாவாடை, தாவணியிலிருக்கிற பெண்கள் கும்மியடிப்பில் கூடுதலாய்த் தென்பட்டார்கள். தாவணிக்கு மாறாத பாவாடைச் சிறுசுகளும் பாதி இருந்தார்கள். கும்மி வரிசையில் உயர்சாதி பாவாடை, தாவணிகள் லாத்திக் கொண்டிருந்தன. குறைந்த சதமானமான சாதிகள் கொண்டாட்டத்தில் இல்லை.

''கும்மி ஒழுங்குன்னு இருக்கும், அது தென்படக் காணோம். வாத்தியார் பாடுறதும் சுவாரசியமில்லே. அமைப்பு வேண்டாமா? சரியில்ல''

அங்கலாய்த்தார் ரத்தினம்.

"பாக்கிறதும் ஒன்னுதான், பாக்காம இருக்கிறதும் ஒன்னுதான்" ஒத்தூதுகிற நாயனம் பக்கத்திலிருந்தது. ஒட்டுமொத்தமாய் கொட்டகை காலியாகிவிடும் என்று எதிர்பார்க்கப்பட்டது. குண்டித் துணியை உதறி எழுந்து வீட்டுக்குப் போய் என்ன செய்ய? வயதை விட மூப்பான காலத்தின் கேள்வி கொட்டகைக்குள் முடக்கிப் போட்டது.

"அம்மனுக்கு முளைப்பாரி போட்டு, பக்குவமாய் வளர்த்தெடுத்த சீத்தா அம்மாவுக்கும், துணையாயிருந்த ராசலட்சுமியம்மாவுக்கும் பாராட்டி பொன்னாடை அணிவிக்கிறார் தருமகர்த்தா" - ஒலிபெருக்கி கூப்பிட்டதும் பெண்டுகள் இருவரும் போனார்கள்.

முளைப்பாரி வளர்த்தவர்களுக்கு புள்ளிக்கு ஒரு சேலை கிடைத்தது. பிறகு தருமகர்த்தாவுக்கு ஒரு பொன்னாடை. நெஞ்சை நிமிர்த்தி ஏந்திக் கொண்டார்.

கும்மியடிக்கும் சிறுமிகளுக்கு குளிர்பானம் வழங்கும்படி பெத்தநாயகம் அழைக்கப்பட்டார். கும்மிதட்ட ஆரம்பித்த வேளையில், லேசாய்க் கண்வீசி விட்டு, வீட்டு முன்திண்ணையில் தென்காற்று சுகம் கண்டு கொண்டிருந்தார். வீட்டுக்கு ஓடினார்கள் இரண்டு இளவட்டங்கள்.

வண்ண வண்ணமான தளும்பலில் குளிர்பானப் புட்டிகள் சென்னை வாழ் நண்பர்கள் சங்கம் ஏற்பாடு. நிறம் பார்த்து சிறுமிகள் வாங்கிக் கொள்ள காத்திருந்தார்கள். ஆடிக் களைத்த சிறுமிகள் எடுத்துக் கொடுப்பவரை எதிர்பார்த்து காத்திருக்க, அவர் பெயரை அறிவித்தார்கள். திடுதிப்பென்று கூப்பிட்டார்களில்லை. முன்கூட்டியே தகவல் போய்ச் சேர்ந்திருந்தது. "முடியாது" என்றார் சடாரென.

"போன வருசம் எடுத்துக் கொடுத்தீங்களே பெரியப்பா"

"ஆமா"

பா. செயப்பிரகாசம்

"இந்தக் கைதானே கொடுத்தது"

பெத்தநாயகம் அடக்க மாட்டாமல் சிரித்தார். சீறினார்.

"போன வருசம் இந்த மூத்திரத்தையாடா குடிக்கச் சொன்னேன். பவுன்மாதிரி 'பானக்கரம்' கொண்டு வந்து இறக்கினேன். கோட்டிப் பயலுகளா?"

சென்னைவாழ் நண்பர்கள் சங்கத்தில் அவருடைய இரண்டு பையன்கள்தான் 'மெயின்'. ஊர்ப் பொங்கல், கோயில் குடமுழுக்கு, திருவிழாக்களுக்கு அவர்கள் நன்கொடை கூடுன தொகை. சென்னைப் பட்டணத்தில் ஊர்க்காரர்கள் எந்தெந்த இடம் உண்டுமோ அங்கெல்லாம் போய் வசூல் செய்தார்கள். மளிகைக்கடை வியாபாரத் தொழிலை விட்டுப் போட்டு, ரசீதுப் புத்தகமும் பையுமாய் வருத்தப்படாமல் அலைந்தார்கள். சாமி காரியத்துக்கு வருத்தம் கூடாது. அம்மன் விழாவில் ஊர் முங்கிமுங்கி மஞ்சள் குளித்துக் கொள்கிறதென்றால் அது இவர்கள் கைவரிசையில் சென்னையிலிருந்து இறங்கும் சீர்தான்.

"தனிப்பட்ட முறையிலே பொங்கலுக்கு ஏதாவது செய்யணும்னு நெனைச்சா, நீங்க ரெண்டுபேரும் கும்மியடிப்பு பிள்ளைகளுக்கு புள்ளிக்கொரு துணி எடுத்துக் கொடுங்க"

போனவருசம் தீர்மானமாய் பெத்தநாயகம் சொல்லி விட்டார். இரண்டு பையன்களில் போனவருசம் திருமூர்த்தி வந்திருந்தான். அய்யா சொன்ன பேச்சுக்கு குறைவுபடாமல் துணிகளோடு வந்திறங்கினான். துணிகளை அய்யா கையால்தான் கொடுக்க வேண்டுமென்று விழா ஏற்பாடு பண்ணியவர்களிடம் சட்டம் போட்டது போல் சொல்லிவிட்டான்.

கும்மியடிப்புப் பிள்ளைகள் ஆட்டத்தவிப்பில் உணங்கிப் போகாமல் குளிர்பானம் வழங்க வேண்டுமென்று திருமூர்த்தி சொன்னான்.

"புட்டிகள்ள அடைத்து வரும் விஷம் வேண்டாம்" என்றார் பெத்தநாயகம். "அந்தக் காசை இங்க கொடு" என்று வாங்கி அவரும் சம்சாரமும் சேர்ந்து பானக்கரம் தயார் செய்தார்கள். அப்படியே குளிச்சியைப் பிடித்து வைத்துக்கொள்கிற மண் மொடாக்கள். இரண்டு மொடாக்களில் கருப்பட்டியும் புளியும் அளவான உப்பும் நிரக்கக் கலந்து விளாசிக் கரைத்தார்கள். கும்மியடிப்புப் பிள்ளைகள் மட்டுமல்ல. கூட்டமே முங்கி, முங்கிக் குடித்தது. பகல் முழுதும் கொட்டிய வெயிலில் ஏறிய தலைச் சூட்டை, உடம்பு வெக்கையை ஒன்றுமில்லாமல் கலைத்தது பானக்கரம். காலையில் ஆம்பிளை, பொம்பிளை அத்தனை பேருக்கும் ஒழுங்காய் நீர்பிரிந்தது.

"சூட்டில சுருக்கு மூத்திரம் விட்ட பசங்கள்ளாம் நீளநீளமாய் ஒண்ணுக்கு அடிச்சாங்களேடா போன வருசம். மறந்து போச்சா"

வந்து நின்ற இளவட்டங்களை ஏளனமாய்ப் பார்த்தார்.

"மறக்கல மாமா. இந்த வருசம் பையங்க ரெண்டு பேரும் வரல. அதான் அவங்களுக்குப் பதிலா நீங்க வரணும்"

அன்பளிப்பு, பரிசுப் பொருள் வழங்கல், பொன்னாடை போர்த்த என்ற சடங்குகளை அனாயாசமாக ஒதுக்கித் தள்ளினார். அந்தத் திசைக்கு அவர் தலைகாட்டவில்லை.

"முதல்ல மனசுக்குள்ள இறங்குறது தானே, பிறகு உடலுக்குள்ள, வீட்டுக்குள்ள, ஊருக்குள்ளயும் ஆட்டம் போடும். மனசு யார்ட்ட இருக்கு, நம்மட்ட தானே"

அவருடைய நியாயம் அவரிடம் செயலாகத் தோற்றமளிக்கிறது. வீட்டுப் பாட்டுக்கு தவச, தானியத்தை விதைத்து எடுத்துக் கொள்கிறார். வீட்டுக்குள் அமைந்த மாடிப் படிக்கட்டுகளில் கம்பு, குதிரைவாலி, செஞ்சோளம் சின்னச் சின்ன மூட்டைகளில் கட்டி வீட்டுத் தேவைக்கு அடுக்கி வைத்திருந்தன.

பா. செயப்பிரகாசம்

இப்போதெல்லாம் ஊர்ச் சாப்பாட்டுக்கு கம்பு இல்லை. வீரியக்கம்பு. குதிரைவாலியைக் கண்ணில் காணோம். பதிலாய் கோணப் புழு போல் நெளிகிற மாஹி. செஞ்சோளம் இல்லை. வீரியச்சோளம். ரசாயன உரத்தை விசிறி பயிரையும் காட்டையும் நாசம் பண்ணி, வியாபாரத்துக்கு அளந்து விடுகிறார்கள்.

''இந்த வீரியத்தை மனுசன் சாப்பிடக் கூடுமா? அதான் மாட்டுத் தீவனம், பிராய்லர் கோழித் தீவனம்னு அரைச்சி பொடியாக்கி விக்கிறான். மனுசன் சாப்பிட வேண்டிய ஆகாரம் மாட்டுக்கு ஆகிருச்சி. மனுசனுக்கு பலம் போயிருச்சி; மாட்டுக்கு பலம் கூடிக்கிருச்சி''

பலவிதமான நினைப்புடன் காலாங்கரைமேல் நடந்தார் பெத்த நாயகம்.

3

காலாங்கரை ஓடையின் இரண்டு பக்கமும் ஆவாரஞ் செடிகள் மாலை தொடுத்து நின்றிருந்தன. காலைக் காற்று இல்லாமல் சிவனேன்னு உட்காந்திருக்கும் இந்த மஞ்சள் பூக்கள் - சாயந்தரத்தில் ''சாய்ந்தாடம்மா, சாய்ந்தாடு'' என்று ஆடத் தொடங்கி விடுகின்றன. பல திசைகள் அசைவும் ஒயிலாட்டத்துக்கு பொருத்தமாய் அமைந்திருக்கிறது. ''சாயந்தர வேளையும் வரணும்'' என மனசில் நினைத்துக் கொண்டார். நினைப்பு காரியமாவதில்லை. காட்டு சோலி முடிந்து, வீட்டுக்கு வர அன்றாடப் பொழுது காணாமல் போகிறது. மனதுக்குள் வெதும்பலாய் திரும்பி நடக்கையில், கம்மாய் வாகரையினுள்ளாக நடந்தார்.

வெள்ளிப் பாளம் விரித்துவிட்டாற்போல் கம்மாயில் தண்ணீர் அசங்காமல் கிடந்தது. ராத்திரி முழுக்க 'சப்புளா, சளபுளா' என்று தண்ணீர் கொண்டாட்டம் போட்டிருக்கிறது. சப்பட்டையாய், உருண்டையாய், கூம்பு வடிவில் என அலையடிப்பில் ஓரம் ஒதுங்கிக் கிடந்தன மதுபானப் புட்டிகள். பலபட்டறையாய் லேசுலேசாய் அலையாட்டத்தில் குதித்தன.

ஊருக்குள்ளிருந்து உறுமிச் சத்தம் கேட்டது. அம்மன்கோயிலில் இறக்கிவைத்த முளைப்பாரியை மூன்றாவது நாளில் திரும்ப எடுத்துக் கொண்டு போய் கண்மாயில் கரைக்க வேண்டும். பெண்டுகளை அழைத்துப் போக ஒவ்வொரு வீட்டு முன்பும் உறுமி கூப்பிடுகிறது.

ஒருநாளும் கம்மாய் உள்வாகரையில் இறங்கி நடந்த மனுசனில்லை. வீட்டை விட்டுக் கிளம்பினால் காடு, காட்டு சோலி முடிஞ்சி திரும்ப வந்தா தென்காற்று தாலாட்டும் திண்ணை. இதைத் தாண்டி நா எங்கயும் போக மாட்டேன் என்று இருப்பது பெருமையாகத் தானிருந்திருக்கிறது.

"கம்மாய்க் கரைக் கொட்டகையிலே ரவ்வும் பகலும் ஆட்க குமி குமியா உட்கார்ந்திருப்பாங்க. என்னைய அங்கன பாக்க முடியாதே. வீட்டைத் தாண்டி எங்கையும் போக மாட்டென்" என்று பேசுவது பெருமையாக அவருக்குத் தென்பட்டிருக்கலாம். ஊருள்ளும் ஊரைச் சுற்றியும் கொளுத்து வளரும் இருட்டு-மற்றவருக்கு பழகி விட்ட இருட்டு - அவருக்கு மட்டும் படாமல் விலகியிருந்தது. இரவுகளில் உருவாகும் இன்னொரு உலக நடமாட்டத்துள் அவர் இல்லை.

பெத்தநாயகம் தடம் பார்ப்பதில் வல்லவர். எழுபதிலும், கண் பார்வை-புலன் நோக்கு இரண்டும் ஒரே நேரத்தில் இயங்கும் கதிமை கொண்டவை. தரைத் தடயம் மட்டுமில்லை, ஆகாயத் தடயமும் அத்துபடி. மழைப் பொழிவு காலத்தில் எங்கெங்கோ இடி இடித்து, ஆயிரம் காத தூரத்துக்கு அப்பாலிருந்து வந்து தோப்புகளில் இறங்கும் பறவைகளை, சிறுவயதில் வில்லாளிகளுக்கு அவர்தான் காட்டிக் கொடுப்பார். சிறுவனுடைய முழி ஒரு கொப்பில் பதிகிறதென்றால், அந்தக் கொப்பில் நிச்சயம் ஒரு பறவை அரண்டு போய் பதுங்கிக் கிடக்கும். அந்தச் சிறுவன், எழுபது வயதின் பெரியவனாக, ஈரஞ்செமித்த உள்வாகரை மண்ணில் பதிந்த தடயங்களை ஆச்சரியம் முட்டப் பார்த்துக் கொண்டு நின்றான்.

கண்மாய் ஈசான மூலையில் நிற்கிறது கட்டைப் புளி. கட்டைப் புளி மரத்தடியில் ஆண்களின் புட்டம், காலடி அசக்கிய தடயங்கள்.

பா. செயப்பிரகாசம்

அவ்விடத்தில் செத்தையும் சின்னஞ்சிறு தூம்புகளும் நசுங்கிக் கிடந்தன. சீட்டுக் கட்டு பரப்பி சூதாட கட்டைப் புளிமரத்தடி வாகான களம். ஊராட்சி ஒன்றியத் தலைவரின் சொந்த ஊர். சட்டம், போலீஸ் எதுவும் உள் நுழைய இயலாத காப்பு கிடைத்துள்ளது.

நிலத்தில் சிகரெட் துண்டுகள். நீர்மேல் காலிப் புட்டிகள். ஊருக்குள் வந்திறங்கிய பகை நேற்று என்றில்லை; உள்நுழைந்து வெகுகாலமாகியிருக்கிறது என்பது இவருக்குத் தெரியவில்லை என்பது இவரோட நல்லதனத்தின் சொஸ்திக் குறைவு தான்.

அப்படியே 'அஞ்சடிச்சிப் போய்' நின்றவர், பிறகு விடுவிடு என்று கரைமேல் ஏறி நடந்தார்.

சிவந்த கண்களோடு கரைமேலுள்ள தென்னங்கொட்டகைக்கு போன ஆள், காலைப் பொழுதிலேயே கொட்டகைக்குள் குத்துச் செடிகள் முளைத்தது போல், உட்கார்ந்திருப்பவர்களைப் பார்த்து கத்தியே விட்டார்.

"நம்ம ஊரை அழிமானம் பண்ணிட்டாங்க, பாத்தீங்களா?"

கொட்டகையில் வாகாய் சம்மணம் போட்டும் ரட்டிணக்கால் போட்டும் வித்தகமாய் உட்கார்ந்தவர்கள் மவுனக் கோலம் கொண்டிருந்தார்கள். உட்கார்ந்திருக்கிற யாரையும் அவருடைய குரல் தொடவில்லை. நேற்று கும்மியடிப்பு பற்றி அத்தனை நொட்டணை பேசிய நாக்குகள் இன்று சொரணை கெட்டுப் போய் விட்டது போல் தெரிந்தது. அவருடைய குரலை அவர் மட்டும் கேட்டுக் கொண்டிருந்தார்.

கம்மாய் நீருக்குள்ளிருந்தும், கரை மண்ணிலிருந்தும் துர்நாற்றம் படர்ந்து வருகிறது. ஊருக்குள் நுழைந்து தொடரும் துர்நாற்றத்தை பெத்தநாயகம் உணர்ந்தார். உள்நுழைந்த துர்நாற்றத்தை இப்போதிருக்கும் எல்லோரும் சுவாசித்துக் கொண்டிருக்கிறார்கள். ஏறெடுத்து நோக்கினார். ஊர் நேர்ப் பார்வையில் இல்லை.

''தாத்தா''

இருகைகளை விரித்தபடி பேத்தி ஓடிவந்தாள்.

மருமகனுக்கு வருவாய்த் துறையில் பணி. அன்று வருவாய்த் துறை அமைச்சர் வருகையென்று பணி கூடுதலாகி விடுமுறை கிடைக்கவில்லை. அவருக்கு அது சரி. மூன்றாம் வகுப்பில் வாசிக்கிற பேத்திக்கும் விடுப்பு இல்லையென்று பள்ளிக்கூடம் கை விரித்துள்ளது. சருகுகளை உதிர்க்கிற மரக்காற்றுப் போல் நாக்கில் ஆங்கிலம் உதிர்த்துக் கொட்டும் தனியார் பள்ளி. பொங்கல் கடைசி நாளில் குடும்பமாய் வந்து இறங்கியிருந்தார்கள்.

தாத்தாவின் கை பிடித்து இழுத்துக் கொண்டிருந்தாள் பேத்தி. அவர் முட்டிக் காலில் உட்கார்ந்து பேத்தியை முத்தினார். அவள் வந்ததில் கூடாரத்திலிருந்த பெரிசுகளும் முக மலர்ச்சியடைந்தார்கள் என்பது புலப்பட்டது.

''செல்லம், இவரைக் கூட்டிட்டுப் போம்மா'' என்றார்கள்.

அவர் அந்த இடத்தில் இருக்கிறவரை அவர்களுக்கு வினைதான். ஊருக்குள் வலுவாய்க் காலூன்றிவிட்ட புது வழமைகளைக் கண்டுகொள்ளாமல் திண்டுக்க முண்டுக்க பேசிக் கொண்டிருப்பார். எப்படியாவது தயனாத்துப் பண்ணி ஆளைச் சரிக் கட்டி அனுப்ப வேண்டுமென்று நினைத்தார்கள். தெய்வம் நேரடியாக வந்து நல்லதும் செய்து விட்டது.

தாத்தாவை இழுத்துகொண்டு போனவள்,

''ஒனக்கு ஒன்னு வாங்கிட்டு வந்திருக்கென்'' என்றாள்.

''என்ன?'' என்றார்.

''நா அங்க வந்து காட்டுவேன் என்ன? நா வாங்கச் சொன்னனா, அப்பா வாங்கீட்டாரு''

''பேஷ், பேஷ் '' தலையைத் தடவிக் கொடுத்தார்.

வீட்டில் அட்டைப் பெட்டி பிரித்து வைக்கப் பட்டிருந்தது. அதிலிருந்து கீற்றுக் கீற்றாய் வெட்டிய 'பீஸாத்' துண்டுகள் காகிதத் தட்டுகளில் தயாராய்க் காத்துக் கொண்டிருந்தது. கொழ கொழ வென்று 'சாஸ்' தடவப் பட்டிருந்ததை ஒரு துண்டு எடுத்து வாயில் வைத்தார். புளித்தது.

"அய்யா 'பீஸா' சாப்பிட்டதில்ல. அதான் வாங்கிட்டு வரச் சொன்னேன். மதுரையில அதுக்குன்னு தனிக் கடை ஆரம்பிச்சிருக்கு" என்றாள் மகள்.

கொழுப்பு உருக்கி நடுவில் வைத்து மடக்கிக் கட்டினாற் போல் மொழுமொழு வென்றிருந்தது. அவரால் முடியவில்லை. அருவருப்பாய் பார்த்தார். மகளின் முகம் மாறியது. "நல்லால்லயா?" கேட்டாள், முகக்கோணலைக் கவனித்தவள்.

அவர் மாமிசம் உண்பவரில்லை. சிறுவயது முதலே கவிச்சி வாசம் அண்ட விடுவதில்லை. நல்ல மீன் வந்தது என்று பையன் இருப்பதை மறந்து, அம்மா ஒருநாள் மீன்குழம்பு வைத்தாள். மண்சட்டி மீன்குழம்பு. அதிலும் சங்கரா மீன் தனீ ருசி. விளையாடி வீடு திரும்பியவன் சட்டியோடு தூக்கிக் கொண்டு போய் சாக்கடையில் கடாசி உடைத்தான். அப்போது அவன் பன்னிரெண்டு வயதில் நின்றான்.

வேண்டாம் என்று சொல்லலாமா, வெளியில் போய் துப்பலாமா என்று தயங்கிப் பார்த்துக்கொண்டே நின்றார். இன்று அந்த சுதந்திரம் இல்லை.

இதுவும் கடந்து போம்

"சாப்பிடறயா?"

மேகலா கேட்டாள்.

"தட்டைக் கழுவி எடுத்திட்டு வா"

பின்புறப் பால்கனியில் ஓரத்தில் கவிழ்த்தி வைக்கப்பட்டிருக்கிறது பாத்திரம். பசியமர்த்திக் கொள்ள ஒரு பாத்திரமும், தண்ணீருக்கு ஒரு குவளையும்.

கிராமத்து நடப்புக்கு இது மோசமில்லை என்று நாகலட்சுமிக்குத் தோன்றியது. தனியாக ஒரு பாத்திரம். ஒரு டம்ளர். சாப்பிட்டு விட்டுக் கழுவி, அதே இடத்தில் கவிழ்த்தி விட முடிகிறது.

கிராமத்துப் பேய் எப்போதும் அவளை விரட்டிக் கொண்டிருந்தது. குற்றம் செய்தவர்களே எதிராளி பேரில் குற்றத்தைத் தூக்கிப் போடுவதாய் கிராமம் நடந்து கொண்டது. மேக்குதிரை ஏறுகிற பொல்லாங்கு நடக்கிறது. அப்படிச் செய்யாது விட்டால் அடிமைப் பட்ட சாதி மீறிவிடுமாம். பிறந்து வளர்ந்த இடம் சிவகங்கைக்குப் பக்கத்தில் கீழ்க்கட்டளை என்ற கிராமம். 'என்ன பெரிய மம்மாவா' என்பதுபோல் ஊர்ப்பெயரே அவர்களை அரட்டில் வைத்திருக்கிறது.

பா. செயப்பிரகாசம்

ரொம்ப முறுக்கான ஆள் என்கிற மாதிரி ஊர்ப் பெயரே முறுக்கிக் கொண்டு அடிக்க வருகிற கதியில்தான் அவள் பிறந்தாள். ஆத்தா கண்டதாகவும் அனுபவித்ததாகவும் சொன்ன கதைகளை அவளே 'கொந்தாங்கொள்ளையா'ய் நேரே அனுபவித்தாள். துணி வெளுப்பவர், முடிதிருத்துபவர், மண் பாண்டத் தொழிலாளிகளைக் கீழாக நிற்க வைத்து, மேலிருந்து தண்ணீர் ஊற்றுவார்கள். இரு கைகளில் ஏந்திக் குடிக்க வேண்டும். கம்மங்கஞ்சி கரைத்து தொர தொரவென்று ஊற்றினார்கள். பனை ஓலையைக் கூட்டிக் குவித்து ஏந்தினால் அது ஏனம். வேற ஏனம், சட்டி எடுத்து வருகிறோம் என்று சொல்ல அனுமதியில்லை. ''பதில் பேசறயா?'' என்ற அரட்டல் கரைத்த கஞ்சியை விட மோசமாய் மேலிருந்து இறங்கும்.

''இனிமே ஓங்க திசைக்கே தலை வச்சுப் படுக்கமாட்டோம்'' என்று பயந்து தான் நாகலட்சுமி போன்ற பலர் நகரத்துக்குள் அடைக்கலமானார்கள்.

ஒரு கொப்பைப் பிடித்துக் கொண்டு இன்னொரு கொப்புக்குத் தாவுவது போல் கிராமங்களில் வசதியாய் வாழ்ந்து முடித்த மேல்சாதியினர், முதலில் நகரம் அடைந்தார்கள். கிராம எல்லைகள் வியாபாரத்தை விருத்தி செய்து தொழிலைப் பெருக்கி, சொத்து சேர்த்துக் கொள்ள போதுமானதில்லை. நகரம் கொண்டிருக்கிறது எல்லைகளற்ற சந்தை. அவர்களே நகரம் ஆனார்கள். சாதிகளற்ற சந்தையும் அவர்களுக்கு தானாகவே கவுட்டுக்குள் வந்து கிட்டித்துக் கொள்கிறது.

சந்தைக்கு வேண்டிய அனைத்து சௌகரியங்களையும் செய்து கொடுக்கும் அரசு அதிகாரிகளாகட்டும், தனியார் நிறுவனங்களில் வேலை செய்கிறவர்களாகட்டும் எல்லோரும் மேப்பொறந்தான்களாக இருந்தார்கள். ஆனால் வீட்டுக்குள் கால் வைத்ததும் சாதியாச்சாரம் என்கிற பழைய சதுப்பு நிலத்தில் வழக்கமாய் அவர்கள் நிற்பவர்கள்.

பின்புறத் தாழ்வாரத்தில் தட்டாக, டம்ளராக தனக்கு விதிக்கப் பட்டிருக்கிறது இதன் அடையாளம்தான் என்பது நாகலட்சுமி மனவோட்டமாக இருந்தது. ''அதை நினைச்சி இப்ப என்ன ஆகப் போகிறது'' என்று தூசி துப்பட்டையாய்க் கிடந்த தட்டை, டம்ளரைக் கழுவினாள்.

மனசுக்குள் நீர்ப்பூச்சியாய் எப்போதும் உயிர்கொண்டு அலையும் இந்த மனப்பழக்கத்தை இவர்கள் ஏன் வெட்டிப் போடவில்லை? இன்றும் ஏன் உயிரோடு சுமந்து கொண்டு அலைகிறார்கள்? என்ற கேள்விகளோடு அதே வீட்டுக்குள் உலவும் ஒரு ஜீவன் சீனிவாசகம். அவர் பார்க்கும் அரசுப் பதவி, வளமான வருமானம் இவை வீட்டுக்குள் அனுமதியாகும். அவருக்குப் பிடித்த எண்ணங்கள் வீட்டுக்குள் உப்புக் கல்லுக்கும் ஆகாது.

தனிப் பாத்திரம், தனிக் குவளை முறை தன் வீட்டில் எப்போது தொடங்கிற்று என்பதை அவர் அறிவார். நாகம் வீட்டுக்குள் வேலைக்காரியாய் நுழைந்ததிலிருந்து தொடங்கியிருக்க வேண்டும். அவ்வாறு இல்லை. அவர் தப்புத் தப்பாக கணக்குப் போடுகிறார். அது தொடங்கிய இடம் அவ்வையார் தெரு பதினான்காம் வீடாக இருக்க முடியாது. அவருடைய யோசிப்பு அவ்வளவே. அவருடைய சிந்தனைக்கு இடம் மட்டுமல்ல, காலமும் துல்லியமாய்ப் பிடிபடாமல் போகலாம். கிராமம் என ஒன்று தோன்றிய காலத்திலிருந்து கெட்டியாய் வேர்பிடித்து நின்று கூத்தாடுகிறது என்பது சமுதாய ஞானம் இல்லாது வெறும் வாழ்வறிவு கொண்டு உயிர் தரித்துள்ள சீனிவாசகம் போன்றோருக்குத் தெரிந்திருக்காது. நகரம் தோன்றிய காலத்திலும் மனித மனங்களூடாக அது புலம் பெயர்ந்து வந்திருக்கிறது. இந்தக் கணக்குக்கு அவருடைய இல்லமும் அதன் அரசியும் சாட்சியாகியிருக்கிறார்கள்.

2

விடியலின் வசீகரம் யாது? முதல் வசீகரம் சுறுசுறுப்பு. இரண்டாவது வசீகரம்? சுறுசுறுப்பு. மூன்றாவது வசீகரமும் அதுவே. அமைதி, குளுமையைத் தோள்களில் சுமந்து பலரையும் சுறுசுறுப்புக்கு நடத்திப் போகிறது விடிகாலை.

அந்த வட்டாரத்துக்கு விடியலைக் கூட்டி வருகிறவர் யாராக இருந்தார்?

குறிஞ்சிநகர்க் குடியிருப்பு உருவான காலத்தில் உதயமானவர்களில் நாயர் ஒருவர். வட்டார மக்களின் அன்றாட வேலைக்குப் பிள்ளையார் சுழி போட்டுக் கொடுப்பது தேநீர். பலரையும் ஒரு புள்ளியில் குவித்து, பல திசைக்கும் பிரிவதாக அவர் தரும் தேனீர் அமைந்து போனது. நாயர்கடைத் தேநீர் அடித்தால் சுறுசுறுப்பு வரும் என்ற உளவியலைச் சனம் தத்தெடுத்துக் கொண்டது. விடியலுக்கும் ஒரு தேநீர் தந்து நாயர் தனக்கு அருகில் தாக்காட்டி வைத்திருக்கிறார் என்று எண்ணத் தோன்றும். வெள்ளன நாயர்கடை முன் திரண்டுள்ள பெருங்கூட்டம் அதை உறுதிப்படுத்துகிறது. வட்டாரம் விரிவுகொண்டபோது காலவளர்ச்சியினூடாக அவர் வேரூன்றிக் கொண்டார்.

அவர் வேரூன்றிய விதம் வித்தியாசமானது. கூம்புச் சூறாவளிக்குத் தாக்குப்பிடிக்க முடியாமல் சடசடவென முறிகிற முருங்கையின் முளைப்பு அல்ல. நூறுவிழுதுகளைக் கீழிறக்கி பெரும்புயலுக்கும் சவால்விட்டு நிற்கிற ஆலமரம் வேரூன்றிக் கொண்ட விருட்ச வரலாறு அது. சாலையில் பெரிய பெரிய உணவு விடுதிகள் திறந்து விட்டார்கள். காலப் படையெடுப்பாய் பெரும்வணிக நிறுவனங்கள் அடுக்குகளாய் கிளைத்துள்ளன. விடிந்தும் விடியாத குளிர் நேரத்தில் பக்கத்துக் கடைகளின் படிக்கட்டுகளை ஆக்கிரமித்து நெருக்கியடித்து உட்கார்ந்தும், நின்றுகொண்டும் தேனீர் அருந்திப் பறக்கிற ஆயிரம் விழுதுகளால் நிற்கிறார்.

உடலுக்குத் தெம்பூட்டுகிற தேனீரின் சுவை எதில் அடக்கம் என நாயர் அறிவார். வெண்ணைய் எடுக்காத பாலும் உயர்ரகத் தேயிலையும் அது. வெண்ணெய் நீக்கம் செய்த பால் உறைகளில் வருகிறது. உயர் ரகத் தேயிலை வெளிநாடு போகிறது. கிடைக்கிற பாலில் கிடைக்கிற தேயிலையில் சிறு ஒச்சமும் நிகழவிடாமல் தேநீர் தயாரிக்கிறார்.

அவ்வையார் தெருவில் இரண்டாவது வீட்டின் மாடியிலிருந்து செய்தித்தாளில் பார்வை ஓடவிடும் சீனிவாசகம், அரைப்பார்வையில் எதிர்ச்சாலையில் தேநீர்க்கடையில் அரங்கேறும் காட்சிகளைக் கண்டு கொண்டிருப்பார். அரைப் பார்வை என்றாலும் முழு மனசும் லயித்திருக்கும். நாளிதழ் கைகளில் கிடக்கும். பார்வை கடையில் இருக்கும். வித்தியாசப் பட்ட சனங்கள், வித்தியாசமான அசைவுகள், கவனித்துக் கவனித்து மூழ்கியபடி இருப்பது, அலுவலகம் போவதற்கு முன்னான அவரது வேலையாகியிருந்தது.

அறுபது, எழுபது ஆண்டுகளாய் வியாபாரத்தில் தேர்ச்சி பெற்ற சமூகம் நகருக்குள் நுழைந்து மளிகைக் கடையில் காலூன்றினார்கள். எந்த ஒரு மளிகைக் கடையும் நாடார் கடையாகி விடுகிறது, அவர்களல்லாத வேறு எவர் மளிகைக் கடை வைத்தாலும் மக்களுடைய நாவில் 'நாடார்' ஆகி விட்டார்கள். ''நாட்டாரே, எனக்கு சீக்கிரம் போட்டனுப்பு'' என்றுதான் கேட்டார்கள். தேநீர்க்கடை வைத்திருப்பவர் கேரள பூமியில் ஏதோ ஒரு பிரதேசத்திலிருந்து வந்தவராக இருக்கலாம். அவர் ஒரு நாயராக இல்லாது வேறு எந்தப் பிரிவைச் சேர்ந்த மலையாளியாகவும் இருக்கலாம். ஒரு தமிழனாகக் கூட இருக்கலாம். ஆனால் தேநீர்க் கடை நடத்துகிற எவரும் நாயரே.

''இவளுக சிரிச்சி சிங்காரிச்சிப் போறதுக்குள்ள மேஸ்திரி வருகைப் பதிவை முடிச்சிக் கிளம்பிடுவாரு'' என்று எரிச்சலுடன் காலைவேளையை வெப்பப்படுத்திக் கொண்டிருந்தார்கள் சில

பேர்வழிகள். அருகிலும் முன்னாலும் நிற்கும் ஆண்கள் நோட்டம் விட்டுக் கொண்டிருக்க, அவர்களின் கண்ணோட்டத்தை அலட்சியப் படுத்தி தேநீருக்குக் காத்திருந்தார்கள் பச்சைநிறச் சீருடையில் மூன்று பெண்டுகள்.

அந்த நபர்களின் ஓரக்கண்ணும் உள்கண்ணும் சீருடைப் பெண்களின் பேச்சை, அசைவை அவதானித்தவாறு இருப்பது அன்றாடக் காட்சி. அதைக் கொஞ்சமும் கண்டுகொள்ளாது மூவரிடமும் வெளியாகும் கலகல சிரிப்பு காலைப் பொழுதுக்குப் பொட்டு வைக்கும். குளிர்ச்சியைச் சுமந்துவரும் பெண்களின் சிரிப்பு அந்த ஆண்களுக்கு பொசுபொசுவென்று தீ அள்ளிக் கொட்டும். எரிச்சலுக்கு வேது பிடிக்கிற மாதிரி ''இவக பொழைக்கிற பொழைப்புக்கு சிப்பாணி கேக்குது'' என்று முணுமுணுத்துக் கொள்வார்கள். அந்தச் சிலருடைய எண்ணம் 'இவளுகளைச் சொந்தம் கொண்டாட ஒருத்தரும் இல்லை. கட்டிய புருஷன்கள் தலை முழுகி அனுப்பிவிட்டார்கள்' என்பதாக இருக்கலாம்...

முதலில் அவர்கள் பெண்கள். வெள்ளென எழுந்துவந்து, ஆண்களுக்குச் சமதையாய் படிக்கட்டுகளில் உட்கார்ந்து, சிரித்துப் பேசி 'டீ' அடிப்பது, காலை அமைதியைக் கலங்க அடிப்பதாய் அந்த ஆண்களை நினைக்கச் செய்கிறது. இரண்டாவதாய் அவர்கள் தெருக்கூட்டும் துப்புரவுப் பணியாளர்கள்.

விடிந்தும் விடியாத கருக்கலில் அந்தப் பெண்டுகளை எழுப்பிவிட்டு ஆண்பார்வைகளுக்கு நடுவாந்தரமாய் தேநீர்க் கடைக்கு வரச் செய்தது யார்? குடும்ப சகதர்மிணிகள் போல் வீட்டுக்குள் ராஜ்ஜியம் நடத்த அவர்களும் தயார். பிறகு தேநீர்க் கடை நடக்கிற வீதி மட்டுமல்ல, பெரிய பெரிய அங்காடிகளும் அடுக்கு மாடிகளும் கொண்ட சாலையும் தெருக்களும் நகரும் நாற்றமெடுத்துப் போய்விடும். காலை ஆறு மணிக்கு வட்டார நகராட்சிப் பிரிவில்

வருகைப் பதிவு கொடுக்கவில்லையென்றால் சீட்டுக் கிழிக்கப் பட்டுவிடும்.

இரவு 11 மணி. வீட்டு முன்மாடியில் தூய காற்றை சுவாசித்துப் போக சீனிவாசகம் வந்து நிற்பார். தவங்கித் தவங்கி லேசாய் மேனி தொடும் சிறுகாற்றில் கண்கள் மூடிக் கிறங்குவார். கண்கள் மூடி காற்றை உடல் துருத்தியால் உள்ளிழுத்து முன்மாடியில் வந்து நிற்பதும், நாயர்கடை விளக்கு அணைக்கப்பட்டு ஏறக்கட்டுவதும் ஒன்றாக நடந்தன.

காலையில் நாயர் கடை திறப்பை சீனிவாசகம் நேரடியாய்க் கண்டதில்லை. முன்மாடிக்கு வந்து பார்க்கையில், எல்லா மனித வசீகரத்துடனும் காலை அங்கு காட்சி தருவதைக் காண்பார். அந்த வசீகரக் காட்சிகளை ஓரிடத்தில் உருட்டித் திரட்டிக் குவித்த பிரம்மா நாயர்தான் என சீனிவாசகம் நினைத்தார்.

மூடிய பக்கத்துக் கடைப் படிக்கட்டில் சாவகாசமாய்ப் பேசியபடி அருகருகே அமர்ந்து தங்களுக்கென வரும் தேநீருக்குக் காத்திருக்கிறது மூன்று பெண்களின் வரிசை. அவர்களுக்கு அவ்வளவு லேசில் நாயர் கையிலிருந்து தேநீர் வந்து விடாது. வருகிறவர்களுக்கெல்லாம் கொடுத்தபடி ஓரக்கண்ணால் அவர்களைக் கவனித்துக் கொண்டிருப்பார். வழக்கமான ஓரக்கண்தான். அவர் கடை தொடங்கிய நாள் முதல் இன்று காலம் வரை மூன்று பெண்களும் அந்த ஓரக் கண்களைக் கவனித்துக் கொண்டிருக்கிறார்கள். அந்நியப்பட்ட, புறமொதுக்க வேண்டிய கண்கள் இல்லை. வெள்ளென வந்த நின்று உட்கார்ந்து விடும் அந்தப் பெண்களுக்கும் அவருக்குமான பரிச்சயத்தை ஒருக்களிப்புப் பார்வை வெளிப்படுத்தும்.

''இன்னா நாயரே, டீயில கண்ணிருக்கட்டும். எம்மா நேரம்?''

நாயரிடமிருந்து பதில் கிடைக்கும்.

''இன்னா, ஸ்பெஷலா? எங்களுக்கா, சரி சரி போடு''

பேச்சு பேச்சாகவும் சிரிப்பாகவும் கொட்டும்.

அது சென்னைப் பூர்வீகரின் மொழி. குடியேறிகள் எல்லோருக்கும் சென்னை நகரமொழி கை வந்துவிட்டது. ஒவ்வொரு பழக்கத்திலும், பேச்சிலும் அவர்களுக்குள் வாழ்கிறது சேரி. இந்தச் சேரிதான் மதராஸாபட்டணத்தை உருவாக்கியது. சேரிகளின் தொகுப்பு சென்னையானது போல், சேரிமொழி சென்னைப் பொதுமொழியாகி விட்டது என்று நினைப்பார் சீனிவாசகம்.

மூன்று பெண்களும் தேநீர்க் கடையின் பின்னாலுள்ள 57-ஆம் எண் வீட்டின் சுற்றுச் சுவருக்குள் மறைந்து உடுத்தியிருந்த சேலை களைந்து வேலைக்கான சீருடை உடுத்திக்கொள்வார்கள். ஒருத்தி உள்ளிருந்து உடை மாற்ற வெளியே இரண்டு பெண்களும் காவலிருக்க வழக்கமாய் நடந்தது. தேநீர் அருந்தியபின் ஒன்றுபோல் எழுந்து, கையில் துடைப்பம் சுரண்டியுடன் மூவரும் பச்சை வண்ணத்தில் ஆளுக்கொரு திசையாய் பிரிவார்கள்.

3

விடிகாலை அமைதி வெடித்து நொறுங்கியது. பாறையை வெடி வைத்துத் தகர்ப்பது போல் மூன்று பெண்களோட சத்தம் வீதியை நிறைத்துக் கொண்டிருந்தது. யாரோடோ சண்டை கட்டிக் கொண்டிருந்தார்கள்.

"இங்க திறந்து வச்சிருக்காங்கன்னு நெனைச்சியா?" கடைசியாய் அவர்கள் கேட்ட கேள்வி. அவ்வையார் தெரு பதினான்காம் எண் வீட்டு முன்மாடியில் அப்போது வந்து நின்றிருந்த சீனிவாசகம் கண்டார்.

மூன்று பெண்டுகளில் மூத்தவள் நடு வயதுக்காரி. அவளது தொண்டை ஓங்கிக் கத்திற்று. உத்திரத் தூண்கள் போல் கை கால்கள். திடமான உடற்கட்டு. ஒரு விறகுக் கட்டைத் தூக்கி நிறுத்தினால்

எப்படியோ, அப்படி விறைப்பாகத் தெரிவாள். வேலையின் இடையே இளைப்பாறுகையில், முந்தானையை விரித்து மூடியிருக்கும் பக்கத்துக் கடையின் படிக்கட்டில் அயர்ந்து கிடப்பாள்.

பார்க்கிறவர்கள் ''அங்கன ஒரு 'லகிடு' கிடக்கு, பாத்தயா?'' என்று சிரித்தபடி போவார்கள்.

இரண்டாவது பெண் அவளுக்குத் துணையாய் கத்திக் கொண்டிருந்தாள். மிஞ்சி மிஞ்சிப் போனால் இரண்டாமவளுக்கு முப்பதிருக்கும். இன்னும் கட்டுக் குலையவில்லை. கல்யாணமாகி குழந்தைகள் இருக்கலாம். பையனோ, பெண்ணோ தேநீர்க் கடைக்கு கூட்டி வந்து யாரும் கண்டதில்லை.

மூன்றாமவள் சிறுபெண். கல்யாண நாளில் தோன்றப் போகும் ராஜகுமாரனுக்காகக் காத்திருக்கிறாள். இன்னும் சண்டை சத்தம் போடப் பழகவில்லை என்பது அவள் நிற்கிற கோலத்தில் தென்பட்டது. மற்ற பெண்களோடு ஒட்டி நின்று கொண்டிருந்தாள்.

வித்தியாசமான வயதுகளில் அடுக்கி அடுக்கி நின்று கொண்டிருந்தாலும், மூன்று பேர் பேச்சும் சிரிப்பும் சக தோழிகளின் பழக்கம்போல் தான்.

ஒருநாள் அவர்கள் விளையாட்டு கூடி கும்மியடிப்பது போல் சத்தமாய் நடந்தது.

உயரமாய் இருந்த பெரியவள் கேட்டாள் ''நீ என் இடுப்புக்குக் கூட வரல, அவ்வளவு விநயமா? ஒன்னுக்குமத்த கழுதன்னு நெனைச்சேன். இனிமே நீ குமரிருக்கக் கூடாது''

பெண்டுகளிடமிருந்து குமரி எதையோ ஒளிக்கிறாள் என்று தெரிந்தது. குமரி பெரியவள் பக்கம் தோளுக்கருகில் வந்து நின்று தன்னை அளந்தாள். பெரியவளுடைய இடுப்புக்கு மேல் உயர்ந்து கழுத்து நின்றது.

"அப்ப இது யாருக்கு?" கழுத்துக்கு மேல் தன்னைக் காட்டிக் கேட்பாள்.

"அது, ஓம் புருஷனுக்கு" பெரியவள் பளிச்சென அடித்த பதிலில் சின்னவள் குன்னிப் போனாள். இப்படியான பொழுதுகள் அவர்கள் தோழமையில் கடந்திருக்கின்றன.

மூன்று பெண்டுகளையும் அவர்களுடைய ஆண்களோடு தேநீர்க் கடையில் யாரும் பார்த்ததில்லை. புருசன், மகன் என எந்த ஒரு ஆண் ரூபமும் அங்கு அவர்களுடன் தென்பட்டதில்லை. சில ஆண்கள் வக்கரித்த நோக்குடன் அவர்களைத் 'தொண்ணாந்துக்கிட்டே' தொடர அது காரணமாகிப் போனது.

வினை இரண்டாமவள் பொன்னுவிடமிருந்து ஆரம்பமாகியிருந்தது. வினைக்காரி. அவளை முன்னாலே போக விட்டு பின்னாலே பார்க்கத் தோன்றும் வடிவு. கறுப்புத்தான் என்றாலும் 'ஆளுக்காளு ஆசைப்படணும், அப்படி வர்ணமான பொம்பிளை' மூன்று பெண்களும் வழக்கம் போல் வெள்ளென வந்தார்கள். மூடிய பக்கத்துக் கடைப் படிக்கட்டில் இடமில்லை. காலைவேளையில் படிக்கட்டில் ஒரு டி.வி பெட்டி. யாருடையதோ தெரியாது. படிக்கட்டின் மத்தியில் இடம் அடைத்துக் கொண்டு உட்கார்ந்திருக்கிறது. பழுது பார்க்க எடுத்துப் போவதாக இருக்க வேண்டும்.

பக்கத்தில் நின்ற ஒருவனிடம் கேட்டாள்.

"இதைக் கொஞ்சம் பிடிங்க, நகட்டி வச்சிரலாம்"

அவனும் பொன்னம்மாவும் தூக்கி வைப்பதற்காக டி.வி. பெட்டி அடியில் கை பிடித்தார்கள். டி.வி.க்கு அடியில் கைகொடுத்தவன் அப்படியே கையை 'லாவிப்' பிடித்திருக்கிறான். தீண்டுதலில் நோக்கம் தெரிந்து விட்டது. தீண்டுதல் ஸ்பரிசத்தை பெண்கள் எப்போதும் உணர்ந்து விடுவார்கள். உடம்பு பற்றிய சுயநினைவோடு உலவிக் கொண்டிருப்போர் பெண்கள். கொஞ்சம் கட்டான, வடிவான உடல்

ஆண்கள் கண்களை உறுத்தும், நோவுபடுத்திக் கொண்டிருக்கும் என்பதை அறிவார்கள்.

பொன்னு அப்படியே கையை கீழே விட்டாள். 'நங்' கென்று டி.வி. பெட்டி கீழே மறுபடி உட்கார்ந்தது.

"என்ன பொன்னம்மா?" விதிர்த்துப் போனவளாட்டம் நின்றவளைப் பெரியவள் கேட்டாள். பொன்னு அவனைக் கை காட்டினாள்.

இப்போது அந்த ஆள் எகிறிக் கொண்டு வந்தான்" ஆமா, இவ பெரிய அழகி. அப்படியே தொட்டுட்டாங்க"

"நீ கையைப் பிடிக்கலேன்னு சொல்லு" பெரியவள் பிடித்துக் கொண்டாள். பிறகு சத்தம் ஒண்ணுக்கொண்ணு மேலேறிக் கொண்டு போனது. அந்த நேரத்தில் சீனிவாசகம் முன்மாடிக்கு வந்து நின்றார்.

"ஓம் பார்வையே சரியாயில்ல. கை எப்படி சரியாயிருக்கும்?"

பெரியவள் நக்கலாய்க் கேட்டது அவனைக் கொதிப்படையச் செய்தது. டி.வி. அந்த ஆளுடையது தான். கண் சிவக்க, கையை உயர்த்தி அடிக்க வருபவனாய் 'தை புய்' என்று குதித்தான். பிறகுதான் கஷ்டமான நேரம். மூன்று பெண்களும் அந்த ஆளை சுற்றிக் கவிந்து மொலுமொலுவெனப் பின்னி எடுத்து விட்டார்கள். வாய்ச் சத்தம் தான். கைகலப்பெல்லாம் இல்லை. ஒரு ஆணுக்கும் பெண்ணுக்குமிடையில் மோதல், கை கலப்பு நடப்பதில்லை. ஆண்களுக்கு உள்ளே தான் கை கலப்பு, அடிதடி என்று நடக்கும். இன்றளவும் அதுவே சமுதாய தர்மம்.

முன்மாடியில் நின்ற சீனிவாசகம் அப்போதுதான் அந்தக் கடைசி வார்த்தைகளைக் கேட்டவர் "இங்க என்ன திறந்து வச்சிருக்காங்கன்னா நெனைச்சே?"

பா. செயப்பிரகாசம்

சாப்பாட்டு நேரம் யாரும் தேநீர் அருந்த மாட்டார்கள். தேநீர் அங்காடிக்கு அது இழந்த நேரம். மதியம் 2 மணிமுதல் பிற்பகல் 3 வரை இடையிலான நேரத்தில் நாயர் கொஞ்சம் இளைப்பாறிக் கொண்டிருந்தார். அன்று அலுவலக விடுமுறை. சீனிவாசகம் நாயர் முன்னால் நின்றார்.

''என்ன நடந்தது?''

நடந்தது அத்தனையையும் நாயர் விளக்கமாய்ச் சொல்ல நேரம் வாய்த்திருந்தது.

''கடைசியிலே அவளுககிட்ட இருந்து அந்த ஆளைத் தப்பிக்க வச்சது பெரிய பாடாய்ப் போச்சு''

''விட்டிருக்கக் கூடாது. அவன் செஞ்சது தப்புத் தானே'' என்றார் சீனிவாசகம்.

''தப்புத்தான். ஆனா அதைத் தட்டிக் கேக்கிறதுக்கு ஒரு முறையிருக்கில்லே. நா தலைப்பாடா அடிச்சிக்கிட்டும் பொம்பளக கேட்கலே''

சொல்லிவிட்டு ''நா காலையிலேயே எதிர் பார்த்தேன்'' என்றார். சீனிவாசகம் முன்மாடியில் நின்று பார்த்ததை நாயர் கவனித்திருக்கிறார். சிறு சிரிப்புடன் நழுவி வீட்டுக்கு நடந்தார்.

நாகலட்சுமிக்கு உடம்புக்கு முடியவில்லை.நாலைந்து நாளாய் தொடர்ந்து காய்ச்சல். மாற்றி விடுவதற்காக பத்தாவது படிக்கிற மகள் அம்பிகா வந்திருக்கிறாள்.

''கொழுப்பு அந்தக் குட்டிக்கு''

அந்தச் சிறுசு வீட்டிலிருந்து வெளியேறி பார்வையிலிந்து மறையும்வரை காத்திருந்த மேகலா, சீனிவாசகம் வீட்டுக்குள் நுழைந்ததும் வெடித்தாள்.

‘‘குட்டிக்கு ரொம்பக் கொழுப்புதான்’’

‘‘என்ன நடந்தது?’’ ஏறிட்டுப் பார்த்தார்.

‘‘திமிரு ராசாத்திக்கு புதூசு புதூசாதட்டுல போடணுமாம். இதைவிட நல்ல ஏனத்திலதான் எங்க வீட்டுல சாப்பிடறேங்கிறா. நடுவீட்டில சாப்பாடு போடனுமாம்’’

பின்புறப் பால்கனியில் கழித்துக் கட்டி கவிழ்த்து வைக்கப்பட்ட தட்டும், குவளையும் இருந்தன.

சீனிவாசகம் ஏறிட்டு மேகலாவைப் பார்த்தார். தெருவில் நடந்து போகும் சிறுபெண் அம்பிகாவைப் பார்த்தார். இந்த மாடி வீட்டுக்கும் இதன் ஆணையை உதறித் தள்ளி நடக்கும் சிறுமிக்குமிடையே கிடக்கும் நூற்றாண்டு இடைவெளியையும் கண்டு கொண்டிருந்தார்.

கடைசி விடை

செல்வக்குவிப்பின் குறியீடாக மாடமாளிகை, கூட கோபுரம் கட்டுவது போல் சுண்ணாம்புக் காரையும் செங்கல்லுமாய் 'கார வீடு' கட்டிக்கொள்வது ஒரு செல்வந்த அடையாளம். காரவீட்டுக்காரர் ஒருவர் தங்கம் கட்டிகட்டியாக எட்டுக்கட்டி சேர்த்து வைத்து இறந்துவிட்டார். மூன்று ஆண்மக்கள் அவருக்கு. பெண்பிள்ளைகள் முன்காலத்தில் சொத்து பாகம் கேட்க முடியாது. பெண் மக்கள் இருந்தும் எட்டுக்கட்டித் தங்கத்தையும் வெட்டாமல், உடைக்காமல் மூன்று ஆண்களுக்கும் பங்கிட்டுத்தர வேண்டும் என்று எழுதி வைத்தவர் செத்துப் போய்விட்டார்.

''முடியுமா?'' என்று கேட்டார் மின்னல்.

எதிரில் உட்கார்ந்திருந்த சிறுசுகளுக்குப் புரியவில்லை.

''இருக்கிறது எட்டுகட்டி. மூணு ஆம்பிளைகளுக்கு எப்படி வெட்டாமல் பங்கு போடுவது?''

''அவங்க ஒருத்தன ஒருத்தன் வெட்டிக்கிருவாங்க மாமா''

''அப்ப, வெட்டிக்கிரட்டும், குத்திக்கிரட்டுமா?''

கேள்வியையும் சிரிப்பையும் அவர்களிடம் தள்ளி, கண்களை விரித்துப் பார்த்தார்.

"அதெப்படி? நீங்க பிரிச்சி வைச்சாத்தானே" என்கிறார்கள் பிள்ளைகள்.

மின்னல், எட்டுக்கட்டிகளையும் பிரித்துக் காட்டினார்.

முக்கால் கட்டி - 1

அரைக்கட்டி - 2

கால்கட்டி - 5

"கட்டியோர் எட்டுக்கட்டி

கால் அரை முக்கால் மாத்து

செட்டியார் இறந்து போனார்

வெட்டிராமல் பகிர்ந்து தரவும்"

பாட்டு சரியா என்பதுபோல், பழைய இடத்துக்குப் போய் நிற்கிறார் மாமா.

"இப்ப பங்கு போடுங்க"

"பாட்டு சரி. கதை சொல்றேன்னு சொன்னே, இப்ப கணக்குப் போடுற"

கதை சொல்லாமல் கடத்துகிற ஆட்களைக் கேலி செய்ய சிறுபிள்ளைகளுக்கு ஒரு பாட்டு இருந்தது.

"கதைகதையாம் காரணமாம்

காரணத்தில ஊருணியாம்

ஊருணியில் ஒழக்குத் தண்ணியாம்

ஒழக்குத் தண்ணிய குடிச்சிப் பாத்தா

ஒண்ணுமே இல்லையாம்"

கதையானாலும், கலையானாலும், மருத்துவம், விளையாட்டு, கேலி எதுவென்றாலும் மக்கள் பாட்டாய் வடித்தார்கள். ஆடு, மாடு, விலங்கு மருத்துவமான "வாகடத்தை" பாட்டாய் பாடியிருக்கிறார்கள். ஒரு விசயத்தை வசனமாய் வைப்பதற்கும், ராகக் குரலில் பாடி இசைப்பதற்குமான வித்தியாசத்தை மக்கள் அறிவார்கள்.

பா. செயப்பிரகாசம்

வாழைப்பழத்தை உரித்து வாயில் போட்டவுடன் உள்ளே வழுக்கிக் கொள்வது போல், நாக்கு எதுகை மோனையாய்த் தருகையில் மனசுக்குள் ருசிப்பாய் இறங்குகிறது. அப்பேர்ப்பட்ட மக்களின் பிள்ளைகளுக்குச் சொல்ல வேண்டுமா? சொட்டைவாளைக் குட்டிபோல் துள்ளி பதில் பாட்டு எகடாசியாய்ப் பாடிவிட்டார்கள்.

எத்தனை வித்துவ இசையில் கொடுத்த போதும், எந்த வழியில் நடைபோட்டு வந்தாலும், கணக்குக்குப் பிள்ளைகளைத் தொடும் வலிமையில்லை. கதை என்பது, அவர்கள் தூக்கிக் கொஞ்சும் நாய்க்குட்டி போல. ஒரு இடத்தில் கவனியாதுவிட்டாலும், கீழேவிட்ட நாய்க்குட்டி போல், மறுபடி மடியில் வைத்துக் கொள்ள முடிகிறது. கதையைப் பிடிப்பது போல கணக்குக் கழுதையைப் பிடிக்க முடிவதில்லை.

''அந்த மாதிரிக் கணக்கில்லை இது'' என்றார் மின்னல்.

''அப்ப விடுகதையா?'' அவரைப் பார்த்தார்கள்

''இல்லே''

''அழிப்பாங்கதையா?''

''அழிப்பாங் கதைன்னாலும் விடுகதைன்னாலும் ஒண்ணுதான'' கசந்து போய்ப் பார்த்த ஒரு பெண்பிள்ளையைக் கன்னத்தில் தட்டி,

''சடைச்சிக்கிராதீங்க தாயி'' என்கிறார் மின்னல்.

''அப்ப கதைக்கு வாங்க''

மின்னலுக்குப் பெற்றவர்கள் வைத்த பெயர் சின்னமணி. சின்னா, சின்னா என்று ஊர்க்காரர்கள் சுருக்கிக் கூப்பிட்டது தாய்க்குப் பிடிக்கவில்லை. மதுரைவீரன் கதையில் வருகிற அந்தச் சின்னான் செருப்புத் தைக்கும் தொழிலாளி. அது என்ன அவன் பெயரில் கூப்பிடறது என்று சடைத்தாள். முழுசாய்க் கூப்பிட்டால் வாய்வெந்து போகுமோ என்று சிறு பையன்களிடம் சண்டை போடுவாள்.

ஒவ்வொரு தடவையும் முழுப்பெயராய்த்தான் அவள் உச்சரித்தாள். எல்லோரும் தங்கள் பையன்களைக் கூப்பிடுவதுபோல அவள் ''ஏலே'' போட்டுக் கூப்பிட்டும் யாரும் பார்க்கவில்லை. யாரும் தடிப்பாய் நாக்குப் போடக் கேட்டால் ''ஓம்பிள்ளைககிட்ட வச்சிக்கோ'' என்று கோணக்கம் செய்வாள்.

மகனைக் கூப்பிடுகிறபோது.

''ஏராஸா, என் ராஸா'' என நீட்டி இசைப்பாள்.

ஆனால் கட்டியவன், பெத்த அப்பன் சின்னா, சின்னா எனக் கூப்பிட்டபோது அவளால் சண்டையிட முடியவில்லை. அதில் அவளுக்குப் பிரியமில்லை. கடைசியில் ''எப்படின்னாலும் செய்ங்க'' என்று விட்டுவிட்டாள். கெட்டியான தாலிக்கயிறு அதிகாரமுள்ளது என்பதை அம்மா புரிந்து வைத்திருந்தாள்.

அப்பன் சூட்டி கௌரவித்த உச்சரிப்புக்கு அவள் ஒரு போதும் போனதில்லை. செல்ல மகனை ''ராஸா'' என்றுதான் பதித்தாள். அடுத்த பிள்ளை இல்லாமல் இருந்ததால், சின்னவனே, நடுவுள்ளவனே, பெரியவனே என்று விளக்கிக் கூப்பிடவேண்டிய தேவையும் இல்லாமல் போனது.

அய்யா வைத்த 'சின்னமணி' என்ற பெயரோ, அம்மா கூப்பிட்ட 'ராஸா' என்ற பெயரோ ஊரின் வாயில் நிலைக்கவில்லை. கருமேகங்கள் அடைத்த ஆகாயத்தில் திரித்திரியாய் மின்னும் மின்னல் போல், சின்னமணி என்ற சிறுபயலின் பேச்சும் பதிலும் வெட்டின. மின்னல் வெளிச்சத்தில் எல்லாப் பொருளும் பார்வைக்குத் தெரிந்துவிடுவது போல், அவனுடைய பேச்சு. பல விசயங்களைத் திறந்து காட்டியது, மின்னல்களுக்குப் பின்னால் மழை தவறாமல் உண்டு என்பது மாதிரி, பயலின் ஒவ்வொரு பதில் பேச்சுக்களின் பின்புலத்தில் அவ்வளவு அர்த்தமழை கொட்டியது. ''மின்னல் வெட்டுன மாதிரி பளிச், பளிச்சின்னுல இருக்கு'' என்று பாராட்டிய ஊர் வாய்க்கு பெற்றவர்கள் சூடின பெயர்கள் மறந்தன.

2

''இது வேற கதை. நீங்க கேட்கிற மாதிரி இல்ல'' என்றார் சின்னமணி என்ற மின்னல்.

கதையும் தினைமாவும் ஒன்னுபோல; தின்னத் தின்ன இன்னும் கொஞ்சம், இன்னும் கொஞ்சம் என்று நாக்கும் மனசும் கேட்கும். எவ்வளவு கேட்டாலும் கதை ஆசை தீராது. கற்பனை எதுவரை போகுமோ, அதன் நீளம்தான் கதை. கதைக்கு இணையாய் கற்பனையைப் பிஞ்சுமூளை வளர்த்துக்கொண்டே போகும். இதனால்தான், கணக்கைப் போட்டு கதை என்று சொல்கிறாரே மாமா என்று குழந்தைகளுக்கு வருத்தம் ஏற்பட்டது.

முதல்ல அவர அது தீராத வருத்தம். நோயுள்ளோருக்கு வருத்தம் தீராது. அவர்களும் வருத்தம் மறையாத, நோயுள்ள பிள்ளைகள் ஆகிவிட்டார்கள். 'எல்லாம் உங்களாலதான்' கோபமாய் மாமாவைச் சடைத்தார்கள். ''தங்கக்கட்டிகளைக் கொடுக்கச் சொல்'' அங்கே நின்று கவனித்துக் கொண்டிருந்த ஆண்டிச்சியக்கா ஒரு சிறுபயலிடம் சொல்வது போல், மின்னலிடம் கேட்டாள்.

''ஆமாமா'' எங்களுக்கும் தங்கக் கட்டிதான் வேணும் என்பதுபோல், சிறுசுகளின் பதில் கூட்டாய் வந்தது.

செல்வந்தரின் தங்கக்கட்டிகளை மின்னல் மாமா பகிர்ந்து தந்தபோது, வெள்ளைச் சாட்டையாய் வெளிச்சம் அடித்தது எதிரிலிருந்த எல்லோருக்கும். எட்டுத் தங்கக் கட்டிகளை, வெட்டாமல், உடைக்காமல் பகிர்ந்து கொடுத்தார்.

முக்கால் + கால் கட்டி = 1

அரை + அரை = 1

கால்கட்டிகள் ஐந்தில், ஒருகால்கட்டிபோக மீதி நான்கு கால் = 1.

சரியாப் போச்சா என்று விடுவித்தார். அவருக்கு அடித்த மின்னல்,

நம்ம மூளையில் அடிக்கலையே என்று சிறுசுகள் வருத்தப்பட்டன. அந்த வேளையில் நடந்தது. ஒரு சுருக்கு முடிச்சுப் போட்டு, பிறகு அதை உருவிவிடுவது போல் கணக்கை அவிழ்க்கிறார்.

அவர்கள் உட்கார்ந்திருந்த திண்ணை வழியாய் புல்லுக்கட்டு சுமந்துபோன பெண்டுகள், காடு கரைக்குப் போய் திரும்பியவர்கள் சற்றே தாமதித்தார்கள். கணக்கின் சுருக்கு முடிச்சை அவிழ்க்கிற வித்தையைக் காண நின்றார்கள். அவர்களுக்கு உட்கார நேரமில்லை. சிந்திக்க நேரமிருந்தது.

''எல்லாக் கணக்கையும் போடத் தெரிஞ்ச மனுசனுக்கு வாழ்க்கைக் கணக்கைப் போடத் தெரியல''

மருகியபடி கடந்து போனார்கள்.

3

அந்த முகணை வீடு ஊரை ஆரம்பித்து வைத்தது. போகப் போக வீதி ஒடுங்கி பக்கவாட்டில் பெருகி ரெட்டை மண்டை போல் விரிந்து முடிந்தது. மாட்டு வண்டிகள் சரளில் உருளும் சப்தம், காலையில் தெருவை எழுப்பி முற்றம் தெளிக்க வைக்கிறது. வேலிக்கருவை மூட்டம் போட்டுக் குவிந்த காட்டுக் கரியை அள்ளிப்போக மணலையும் சரளையும் கரகரவென நசுக்கி லாரிகள் ஊர்வழி போய்வந்தன. மேக்காற்றுக்குக் கரிமூட்டப் புகை கீக்காட்டிலிருந்து மேலாய்ப் பரவி ஊர் சுவாசிக்கும் களங்கமத்த காற்றை அமுக்கி தூக்கத்தைச் சிதறடித்தது. நீரையும் காற்றையும் விசமாக்கும் சூனியக்காரியான சீமைக் கருவேலம் ஊரைச் சுற்றிக் கிடக்கிறது. சமதளமாய் இருக்கிற பாதையில் நடந்து வருகிற யாருக்கும் ஊர் இருப்பது தெரியாது. வேலிக்கருவைக்குள் மூடிக் கிடக்கிறது ஊர்.

வண்டிச் சத்தம், லாரிச் சத்தத்தையும் மீறி மின்னல் என்ற மனிதனின் விரிந்தகுரல் ஊர் கடைசிவரை வந்தது. அகலத்தொண்டை விரிந்து விரிந்து கணகணவென்று வெங்கலமணியாய் அடித்தது.

''மெல்லமா பேச வராதா ஒங்களுக்கு?''

இளவட்ட வயதில், அவரை நெருங்கிவர இருந்த ஒரு பெண்டு அவள். அவளை இந்தக் குரல் எங்கு நின்றாலும் விரட்டியது. உழவு காட்டில் நின்று ராகம் எடுத்துப் பாடினால், திறந்த வெளியில் எங்கும் காற்று எடுத்துச் செல்வது போல் அந்த இளவட்டம் சொன்ன பதில் ஊருக்கே கேட்டது.

''நானா பேசறேன்?'' அதுதானா வருது அத்தோடு தொடர்ந்து ஊருக்கே கேட்பது மாதிரி சிரிப்பு வந்தது. ஒரு அகண்ட சிரிப்பு கேட்டது. செல்லமாய்க் கோபித்து, அவர் கைக்குள் அணைவாய் வர இருந்த கிளி அகலத் தொண்டை காட்டி பறந்து போயிருந்தது.

மற்ற ஆட்களுக்கு குரல் தொண்டைக்குள்ளிருந்து கிளம்பினால், மின்னலுக்கு மனசிலிருந்து புறப்பட்டது. குரல் திறப்பு மனசுத் திறப்புதான். இரண்டுக்கும் தொலைவு உண்டாகாமல் பார்த்துக் கொண்டார். குரல் - மனசு எதையும் திறப்பாக வைத்திருப்பதே அவருக்குத் தெரியும். மறைத்து அடுக்கி வைத்து, கால நேரம் கண்டு, பக்குவமாய் ஒவ்வொன்றாய் அவிழ்த்து விடுகிற ''சூதானம்'' அவருக்குக் கைவரவில்லை. தனது விசயங்களை ஒளித்து மறைத்து கொள்ளும் கலை அறியாமலிருந்தாரோ, அது போல மற்றவர் சேதிகளையும் மறைக்கும் குயுக்தி கைவராமல் போயிருந்தது. சுற்றிலும் நடமாடிய மனிதர்கள் முந்திய நாளின் தொடர்ச்சியாக இருந்தார்கள்; ஒவ்வொரு நாளும் புதிதாய்ப் பிறப்பது போல், மின்னலும் புதிதாய்ப் பிறந்து கொண்டிருந்தார். மனசளவில் விரிச்சி சம்மணம் போட்டு உட்கார்ந்திருந்த தாராளம், வாழ்க்கையைத் திசைமாற்றி வைத்துவிட்டது. மனசிலிருந்து கிளம்பிய குரல்தான், மின்னலின் வாழக்கையைச் சிதைத்துக் கவிழ்த்தது.

சென்னம்பட்டி பருத்தி வியாபாரி மின்னலின் திறந்த நெஞ்சத்துக்குள் நுழைந்தார். பருத்தி வியாபாரி முதலில் வெளித்திண்ணையில் உட்கார்ந்தார். அடுத்து உள்திண்ணை இருந்த

நடைக்குப் போனார். ஒரு மாதம் கடந்திருக்கும். மச்சு வீட்டுக்குள் முகட்டைத் தொடுவதுபோல் அடுக்கி வைத்த பருத்திப் பொதிகளையும், மிளகாய்வத்தல் மூட்டைகளையும் கண்டார்.

"நல்ல விலை இருக்கு. போட்டிறது தானே?" என்று கேட்டார்.

பருத்தி வியாபாரம் என்ற ஒரு தொழில் மட்டுமில்லை. மிளகாய் வத்தல், கொத்தமல்லி, வெங்காயம் என்று காட்டு மகசூல் அத்தனையும் களத்தில் வைத்து அளந்து போகிற வியாபாரியாக இருந்தார். பக்கத்து சிறுநகரில் வத்தல்மண்டி உருவாக்கினார். பல தொழில்காரராக இருந்தாலும் சரக்கு நயம் பார்த்து, விலை திகைய வைத்து, வாங்குவதை அவர் நேரில் செய்தார்.

"இப்ப விட்டா, விலை தெகையாது. சாம்பலாயிரும்" மறுபடி பேச்சை விட்டார்.

வெள்ளையான மின்னல், அவருடைய பேச்சுக்குள் அடங்கிப் போய் சமையற்கட்டுப் பக்கம் திரும்பி, "என்ன பாரு போட்டிருவமா?" என்று கேட்டார். சமையற்கட்டை ஆலோசிக்காமல் செய்கிற ஆளில்லை இவர் என்பது வியாபாரிக்குப் புரிந்தது.

"ஒங்களுக்கு இஷ்டமின்னாப் போடுங்க" உள்ளிருந்து பதில் வந்தது. வியாபாரிக்கு உறுதியாகிப் போனது. குரலை வெளியே அனுப்பிய சமையல் புரைப்பக்கமே பார்த்து,

"இது நல்ல விலை பாத்துக்கோங்க. விலை சர்-சர்ன்னு கூடுற காலம். விலை மீறுற காலத்தில் அளக்காம, பெறகு ஒருத்தருக்கொருத்தர் சடைச்சிக்கிட்டு உக்காரக்கூடாது" என்றார்.

பர்வதம் என்றழைக்கப்பட்ட பாரு வெளியே வந்தாள்.

பருத்தி எடை போட்டார்கள். பிறகு மிளகாய் வத்தலும் எடையாக்கப்பட்டது. குதிர்போட்டு பாதுகாக்கப்பட்ட வெங்காயமும் நிறுக்கப்பட்டது. முன்தொகை தரப்பட்டது. மீதிப் பணத்தை பட்டுவாடா

செய்ய அடுத்தடுத்து வந்து போனார். மின்னல் இல்லாத நேரமாக வந்து போக ஆரம்பித்திருந்தார். சின்ன வளையத்துக்குள் உடலை முறுக்கி நெளித்துக் கொண்டு நுழைகிற சர்க்கஸ் வித்தையாகத்தான் இருந்தது. பிறகு வளையம் விரிவாகி நுழைந்து நுழைந்து வெளிவர எளிதாகிற்று.

வயதான பெரியவர்கள் வீட்டில் இல்லாமல் போனது லகுவாக, இரண்டு பேருக்கும் வசதியாகிப் போனது. பிறகு இரண்டு சின்னப் பையன்களும் ''சென்னம்பட்டி அய்யா வந்திருக்கார்'' என்று சொல்லத் தொடங்கினார்கள்.

வீடு மெல்ல மெல்ல மெல்ல மின்னலுடைய உலகத்திலிருந்து நழுவத் தொடங்கியது. வீட்டுக்கு வெளியிலானதாக அவருடைய உலகம் மாறியது. நடமாட்ட அளவில் வீட்டுக்குள் இருந்தாலும், மனசளவில் வீட்டுக்கு அப்பால் வாழ்பவராக ஆகி விட்டார். உழவு, விதைப்பு, களையெடுப்பு, கருதறுப்பு, மிளகாய் பறிப்பு என்ற சகல விவசாயக்காரியங்களையும் கவனிக்க அவர் காட்டில் இருப்பார். தோது பார்த்து அந்த நேரத்தில் வீட்டுக்குள் வந்து போவார். வியாபாரி. இதற்கு முன்பு பொம்பிளை கவனித்து வந்த காட்டு வேலைகள் எல்லாமும் மின்னல் கைக்கு மாறின. இவர் காட்டில் கிடக்கிறபோது, அந்த இருவரும் வீட்டுக்குள் சலாவத்தாய் உட்கார்ந்து பேச, வாழ முடிகிறது.

மின்னலின் ஒவ்வொரு நாளும், மாலைநேர மணித்துளிகளும், கதைகளும், சொலவடைகளும், அழிப்பாங்கதைகளும், கேலிப் பேச்சும், எகனைமொகனைகளால் நிறைய ஆரம்பித்தன. வெளித்திண்ணையில் சின்னப்பிள்ளைகள் தூக்கம் கோர்த்துத் தைக்கும் வரை கேட்டுக் கொண்டிருப்பார்கள். சில சிறுசுகள், தன்னறியாமல் சாமியாட்டம் போட்டாலும் நகர்வதில்லை.

பூமிக்குள்ளிருந்து சரளும் மண்ணும் கலந்ததிலிருந்து தங்கத்தைச் சலித்தெடுத்தது போல், கேட்டது, வாங்கியது எல்லாவற்றிலுமிருந்தும்

சுத்தமான தங்கமாய் விடுகதைகளையும், கதைகளையும் எடுத்துக் கொடுத்தார். அவருக்குப் பல்கலை வித்வம் வந்தவழி இது என்று அனைவருக்கும் தெளிவாய்ப் புலப்பட்டது. எல்லோரிடத்தும் அவரைக் காணுகையில் பரிதவிப்பு ஏற்பட்டது.

இரவுச் சாப்பாடு முடித்து, வெளித்திண்ணை, தென்காற்றை அள்ளித்தர, உட்கார்ந்திருக்கிற நேரத்தில் சின்னதுகள் அவர் வாய் உதிர்க்கும் எகடாசி கேட்க வந்தார்கள். பிறகு கதைகளுக்குள் நடந்தார்கள். 'வாய் நமநமங்குது' என்று வெற்றிலை பாக்குத் தேடிவருகிற பெண்டுகளும் வந்தார்கள். அவருடைய வாய்ச்சத்தம் கண்டு பயந்து விலகிப்போன, வேறொரு தாலிக்கு அடக்கமாகிப் போன சில பெண்டுகளும் அந்தக் கூட்டத்தில் உண்டு.

''நல்லவரா இருக்கிறது பாத்திருக்கம். அதுக்காக இப்படியா?''

என்ற அங்கலாய்ப்பு அவர்களுக்குள்ளிருந்து எழும். இரக்கப்பட்ட பார்வையுடன் அவரைக் கடப்பார்கள்.

எண்ணிப் பார்க்காத திசையில் எங்கோ, எந்தச் சாலையிலோ திசை மாறியது கண்டு, திகைப்பாகி விடாமல், அதையும் ஏற்றுக் கொண்டு கடந்து போகும் பக்குவம் வந்திருந்தது அவருக்கு. எல்லாக் கசப்பையும் விழுங்கிக் கொண்டார் என்று பேசினார்கள்.

''சென்னம்பட்டி அய்யா'' என்று குழந்தைகளும் அடையாளப்படுத்தி அழைத்த போது சிலர், ''இப்படியே ஓங்கி அடிச்சேன்னா'' என்று கையை உயர்த்தினார்கள். அவர் கண்முன்னாலேயே நடந்தது. லேசாய் ஒரு கசப்பு மட்டும் முகத்தில் தென்பட்டது. ''அவிசாரி, அவிசாரி'' என்று அவர் காதுபடப் பேசினார்கள். ஒருபொம்பிள தானாப் பாத்து திருந்தணும். தடியெடுத்தா திருப்ப முடியும் என்று மனதுக்குள் அதே மாதிரி வசவை எய்து, ஒதுங்கிக் கொண்டார்.

சிலவேளை மின்னலும், சிவகாமியும் களையெடுப்புக் காட்டுக்குள், சேர்ந்து காலடி வைத்தால் இவர்கள் பிரவேசத்தால் காடு கப்சிப்பென்று

அடங்கிக் கொள்ளும். காட்டுக்கேயுரிய குளுமை காணாமல் போக, வெக்கை கூடிக் கவியும். ஒரு விருசம் பாம்பு இடையில் கிடப்பதைக் கண்டும் காணாதது போல் இருபேரும், ஒருமைப்பட்டு பேசிக்கொண்டு நடக்கையில், காட்டை ஆச்சரியம் வளைத்துக் கொள்ளும். "என்னமா கொணட்டுறா" என்று மனதுக்குள் வெதும்பியது காடு.

அதே நேரம், அவர் தனியாளாய் காட்டில் நின்றாரானால், அவர் நிற்கிற வேளை அவர்கள் மத்தியில் இயல்பு வியாபித்துக் கிடக்கும். அது அவருக்கும் தெரிந்தது. இரண்டு சின்னதுகளை வைத்துக்கொண்டு குடும்பம் அல்லோல கல்லோலம் ஆவதை அவர் விரும்பவில்லையென்று தெரிந்தது.

4

"அப்ப இன்னொன்று"

வேறொரு கணக்குக்கு மாறினார் மின்னல்.

"ஒரு சந்தைக்கு முப்பது வாசல். ஒரு விவசாயி முப்பது முப்பது தேங்காயா ரெண்டு சுமை கட்டிக்கிட்டு சந்தைக்குப் போறான். ஒரு வாசலுக்கு ஒரு சுமைக்கு ஒரு காய் தீர்வை கொடுக்கணும். இவங்கிட்ட முப்பது முப்பது தேங்காயா, ரெண்டு சுமை இருக்கு. இவன் ஒவ்வொரு வாசலுக்கும் தீர்வைக் கொடுத்திட்டு, மீதியை வித்து லாபமும் பாத்திட்டு வந்திர்றான், அது எப்படி?"

பிள்ளைகளின் பிஞ்சு மூளைக்கு இது கொஞ்சம் சுமை கனமாக இருந்தது. கொஞ்சம் இல்லை, நிறையத்தான். சிறுசுகள் அவர் முகத்தையே ஏறிட்டுப் பார்த்தார்கள். பிறகு எல்லார் பார்வையும் சாத்தப்பன் மேல் மாறியது. அவன் கணக்குப் புலி.

சாத்தப்பனுக்கும் பிடிபடவில்லை. ஏட்டுக் கணக்கில்லை இது. ஏட்டுக் கணக்கென்றால், பேனாவும் தாளும் கொண்டு எழுதி தீர்த்துவிட முடியும். அந்த விஷயத்தில் வகுப்பில் அவனை யாரும் 'பீட்' பண்ண முடியாது. ஏட்டுக் கணக்கில்லை, இது நாட்டுக் கணக்கு. குயுக்தியாய்

தீர்க்க வேண்டும். அதிகம் மூளையைப் பிசையாய்ப் பிசைந்து, நடைநடையாய் நடத்தி முன்னே போகவிட்டாலும் முடியவில்லை.

"இது பிடிபடமாட்டேங்குது மாமா. ஒரு ஏணி கொண்டாந்து தான் எந்தலைக்குள் ஏத்தணும்"

"பொட்டியாரு மாட்டிக்கிட்டாரு" தனக்கே உரிய பாணியில், அகலத் தொண்டையில் பேசினார்.

"தளராதே, தளராதே, யோசி" என்கிறார் மாமா.

பிள்ளைகள் ஒண்ணுபோல "நீங்கதான் தேங்காயை உடைக்கணும் மாமா" என்கிறார்கள்.

"ஒடைக்கணுமா? ஒங்களுக்காக, என்ன" ஒப்புக்கொண்டவர் விடையைச் சொல்லி கணக்கை முடிவுக்குக் கொண்டு வந்தார்.

"முப்பது வாசல் இருக்கு. ஒரு சுமைக்கு ஒரு காய். ரெண்டு சுமைக்கு ரெண்டு காய். விவசாயி என்ன செய்தார்? முதல்ல ஒரு சுமையில இருந்து ரெண்டு ரெண்டு காயா தீர்வை கொடுத்திட்டுப் போறார். 15 வாசல் வந்ததும் ஒரு சுமை தீர்ந்தது. மீதி 15 வாசல். இன்னொரு சுமையிலிருந்து, பதினைந்து காயை கொடுத்திட்டு, மீதி 15 காயை வித்து லாபமும் பாத்திட்டு வந்திர்றார்"

மேகங்கள் மேலிருந்து கீழே விழுது போட்டன. சற்று நேரம் கழிகையில் கருமேகங்கள் அடிமட்டத்திலிருந்து மேலேறி, ஒன்றையொன்று முட்டிக் கொள்வது போல் தெரிந்தன. முட்டிக் கொண்ட வேகத்தில் வெள்ளைத் தீ போல் மின்னல்கள் தெறித்தன. மேக விளிம்புகளின் ஓரங்களில் நெய்யப்பட்ட சரிகைபோல் மழைநீர் கட்டியது. மழை எவ்வளவு தூரத்திலிருந்து வருகிறது என்று சொல்ல இயலாது. எங்கேயோ, எவ்வளவோ தொலைவிலிருந்து இங்கே விசிறியடிக்கிற போது, பிள்ளைகள் திண்ணையில் சுவர்சாய்ந்து மழைக்கு ஒண்டினார்கள்.

பா. செயப்பிரகாசம்

வீட்டுக்குள்ளிருந்து அவருடைய சிறு பயல்கள் படபடப்பாய் ஓடிவந்தார்கள்.

''சண்டை நடக்குது, சண்டை''

அவர்கள் கை வீட்டுக்குள் நீண்டது. திண்ணைப் பிள்ளைகள் பதட்டம் முகத்தில் அப்பிட வீட்டுக்குள் பார்வை பாய்ந்தது. இரு சின்னப் பயல்களுக்கும் உடல் நடுக்கம் கொண்டிருந்தது.

''எங்கே?''

மின்னல் மாமா, சிறு பிள்ளைகள் எல்லோரும் உள்ளே பார்த்தார்கள்.

''சண்டை, சண்டை. அம்மாவை சென்னம்பட்டி அய்யா அடிக்காரு''

மச்சு வீட்டில் இருக்கிறது ரங்கூன் பெட்டி. பர்வதத்தின் தாத்தாவும் பாட்டியும் ரங்கூனில் இருந்தபோது, பர்மாவில் சப்பான்காரன் குண்டு போட்டுக் கலக்கினான். ரங்கூனில் குடியேறியிருந்த தமிழர்கள் பலரும், கூடு கலைந்து உயிரைக் கையில் பிடித்துக்கொண்டு கப்பல் ஏறினார்கள். சாமான், சப்பட்டை, தேக்குமரத்தால் செய்த பலகை, முக்காலி என்று எதைஎதை கப்பலில் ஏற்றமுடியுமோ ஏற்றி வைத்துக் கொண்டார்கள். நல்ல தேக்கில் நான்கு பக்கமும் இழுத்துக் கட்டிய வார் போல் செம்புப் பட்டைகள் அடிக்கப்பட்டிருந்த ரங்கூன் பெட்டியை ஊருக்குக் கொண்டு வந்து சேர்க்க எவ்வளவு துட்டுச் (பணம்) செலவு என்று தாத்தா சொல்லிக் கொண்டிருந்தார். அவர்கள் ஊர்வந்து சேர்ந்த இருவது வருடம் தாண்டி பேத்தி பர்வதம் பிறந்தாள்.

''ஒத்தைப் பேத்தி, அவளுக்கு இல்லாம யாருக்கு?'' என்று சீதனமாக அனுப்பி விட்டார்கள்.

சாவி போட்டுத் திறந்தால், ரங்கூன் பெட்டிக்குள்ளிருந்து கணகணவென்று இனிமையான நாதம் வந்தது. அப்படியொரு சூட்சுமம் பண்ணி வைத்திருந்தான் ஆசாரி. சாதாரணமாய் மூணுபேர் சேர்ந்து தூக்கினாலும் முடியாது. கோடாரி போட்டு வெட்டினாலும்

வெட்டுப்பட்ட கீறல் அறியக் கிடைக்காது. அவ்வளவு கெட்டியான தேக்கு.

பர்வதம் ரெங்கூன்பெட்டி மேல், இரண்டு கைகளையும் ஊன்றி உட்கார்ந்து கொண்டிருந்தாள். எழுந்துவிட்டால் பெட்டியை சென்னம்பட்டிக்காரன் தூக்கிக் கொண்டு போய்விடுவான் என்பது போல் தென்பட்டது அவள் இருந்த இருப்பு. டீ போட்டுப் பேசுகிற உரிமை கட்டின புருசனுக்குத் தவிர வேற யாருக்கும் கொடுக்கப்படவில்லை. ஆனால் பருத்தி வியாபாரி அப்படி 'டீ' போட்டுக் கூப்பிடறான்.

"நா சம்பாதிச்சுப் போட்டதெல்லாம் எடுடி. நா எழுதிக் கொடுத்த பத்திரமெல்லாம் இதுல தாண்டி வச்சிருக்கே"

இரண்டு பையன்களுக்கும் தெளிவாய் ஒரு சேதி புரிந்தது. இன்று புதிதாய் வெடிக்கவில்லை. புகைச்சல் நெடுநாட்களாய் உள்ளுக்குள் இருந்து, மேலே வெடித்திருக்கிறது. சென்னம்பட்டி அய்யா என்றழைக்கப்பட்டவரும் அம்மாவும் பழைய நடந்த கதையை மாற்றி மாற்றிப் பேசியதிலிருந்து அவர்களுக்குப் புரிபட்டது.

'மடார், மடார்' சென்னம்பட்டிக்காரன் அம்மாவை, பெண்டாட்டியை அடிப்பது போல் சாத்திய போது, வெருளியடித்து இரண்டு பையன்களும் வெளியே ஓடிவந்தார்கள்.

பிள்ளைகளை விலக்கினார் மின்னல். உள் கூரையில் சொருகிவைத்திருந்த தொரட்டி, களையெடுப்புக் குச்சிகள், கதிறுக்கும் கம்பறு கத்தி, சொருகியிருந்த எல்லாமும் கண்களுக்குத் தெரிந்தன. அவர் பார்வை அத்தனையையும் தாண்டி பெரிய மலந்தடி மேல் பதிந்தது. இப்போது அவருக்கு ஒரு தடி தேவையாயிருந்தது.

திண்ணையில் ஒண்டியிருந்த கதைகேட்கும் பிள்ளைகள், மாமா நிஜமான கதைசொல்லப் போவதை ஆவலாய்ப் பார்த்துக் கொண்டிருந்தார்கள்.

பா. செயப்பிரகாசம்

காணாமல் போனவர்கள்

மதுரை மாணவர்கள் அவசரப்பட்டிருந்தார்கள். அவர்கள் அனுப்பியதையிட்டு சென்னை புறப்பட்டு வந்திருக்கக்கூடாது. இரு மாதங்களாய் ம ாணவர் போராட்டத்தில் கட்டிக் காத்த தலைமறைவு வாழ்க்கை அகால மரணம் அடைந்துவிடும் என்று தோன்றியது.

ஆகாயத்தில் விண்மீன்கள் முளைத்தபோது மதுரை அனைத்துக் கல்லூரி மாணவர் போராட்டக் குழுவின் கூட்டம் முடிவடைந்தது. விவாதம் இரவினூடாகவும் சாமத்தைத் தொட்டும் நீண்டிருக்கக்கூடும். மருத்துவக் கல்லூரி மாணவர்கள் போராட்டத்தை முடிவுக்குக் கொண்டுவரும் தேவையிலிருந்தார்கள். மருத்துவக் கல்லூரி விடுதியில் அனைத்துக் கல்லூரி மாணவர் ஆலோசனைக் கூட்டத்தை நடத்தும் பிரசவ வலி அவர்களுக்கிருந்தது. அதிகப் பேரின் நடமாட்டம், உதார் பேச்சு, சன்னல் வழி வெள்ளைக் கோடுகளாய் வெளியேறும் சிகரெட் புகை, ஒற்று அறியும் கண்கள், விடுதிக் காப்பாளரின் திடீர் வருகை எல்லாமும் அவர்களை நடுக்கத்தில் வைத்தன. கூட்டத்தை எவ்வளவு சீக்கிரம் முடிக்க முடியுமோ அவ்வளவு நல்லது. போராட்டத்தை முடித்துக்கொண்டு வகுப்புக்குத் திரும்ப வேண்டும்.

மருதமுத்து, பொன்னுத்துரை கூட்டம் முடிந்து வெளிக்காற்றை சுவாசிக்க கல்லூரி விடுதி மேலே சென்றடைந்த போது நட்சத்திரங்கள்

கண்சிமிட்டின. கீழே சாலையில் உமி கெணக்காய் மனிதர்கள் பறந்து கொண்டிருந்தார்கள். ஜம்மென்று எங்களைப்போல் நிம்மதியாக உட்கார்ந்திராமல் இந்த மனிதர்களைப் போலவா, இவர்களைப் பாருங்கள்! மேலிருந்த நட்சத்திரங்கள் கண்ணடித்துக் கேட்டன. கீழே அலைந்து கொண்டிருக்கும் ஆட்களோடும், மேலே அமர்ந்து நோக்கும் நட்சத்திரங்களோடும் கவியுள்ளம் கொண்டிருந்த மருதமுத்துவுக்குப் பேச வேண்டு மென்றிருந்தது. ஓடிக் கொண்டிருந்த ஜீவன்களைக் காட்டி, நட்சத்திரங்களை நோக்கி கையசைத்துச் சொல்வான் ''நாங்களல்ல அவர்கள்''

மருதமுத்தும் பொன்னுத்துரையும் சென்னை செல்வதற்கான செலவுத் தொகை வசூலிக்கப்பட்டது. மருத்துவக் கல்லூரி மாணவர் தனசேகர் கழுத்திலிருந்த 'மைனர் செயினைக்' கழற்றி இருவர் கையையும் பிடித்து ''இதை வச்சுச் சமாளிச்சுக்கோங்க'' என்றார். அவர்களைத் தனியே அழைத்துப் போய் செல்லப்பன் ''இனி போராட்டத்தை நீட்டிக் கொண்டு போக சந்தர்ப்பம் இல்லை. சென்னை போய் எல்லாத்தையும் சுருக்கா முடிச்சிட்டு வெற்றியோட வாங்க'' என்று சொன்னார்.

காரிய வேகத்தில் அவர்களுக்கு ஒரு யதார்த்தம் நினைவிலிருந்து ஒதுங்கி விட்டது. சென்னை மட்டுமல்ல, எல்லா ஊர்களுக்கும் சென்று கொண்டிருந்த இரவு நேரப் பேருந்துகள் ஓடவில்லை. இல்லாமல் செய்தவர்கள் மாணவர்கள். போலீஸ் பாதுகாப்புடன் பகல் நேரப் பேருந்துகள் ஓட்டப்பட்டன. 'என்னையும் என் பிழைப்பையும் பாரு' என்று மதுரைப் பேருந்து நிலையம் மல்லாக்கக் கிடந்தது.

''தரை வழியே பஸ் ஓடாது, தண்டவாளம் வழியா ரயிலோடுமா?''

சலித்து முணங்கிக்கொண்டு ரயில் நிலையத்திலிருந்து சனங்கள் எதிர்ப்பட்டனர். வேதனையாயிருந்தது.

''அதான் சொல்லீட்டாங்களே''

மருதமுத்து மக்களைக் காட்டிச் சொன்னான்.

ரயில்நிலையமும் அவர்களிருவருக்கும் கைகொடுக்கவில்லை.

இரு நாட்கள் முன்பு சிதம்பரம் ரயில் நிலைய முகப்பில் நியான் விளக்குகளில் மின்னிய இந்தி எழுத்துகளை ஒரு போலீஸ்காரர் சுட்டு நொறுக்கியிருந்தார். ஒரு போலீஸ்காரன் கிருத்துருவம் செஞ்சதால் மொத்த போலீஸ் படைக்கும் சனியன் பிடித்தது. துப்பாக்கி வேண்டாம்; லத்தி போதும் என்று பிடுங்கி வைத்துக் கொண்டார்கள்.

காவல் துறைக்குள்ளிருந்து துப்பாக்கி உயருகிறது.

துப்பாக்கியால் சுட்டுத் தள்ளும்போது சாகிற ஒவ்வொரு குழந்தையும் தன் குழந்தை என்று ஒவ்வொரு போலீஸ்காரனும் நினைக்க ஆரம்பித்தால், அந்த விபரீதம் தாங்க முடியாததாகிவிடும். அதில் மிகுதியும் விபரீதமாவது மக்களின் உயிர் பறிக்கத்தான் துப்பாக்கி என்ற அரசின் சூத்திரம் ஓட்டையாகிப் போவது. துப்பாக்கிகளைப் பறித்து ரிசெர்வ் போலீஸ் மைதானக் கொட்டடியில் குவித்து காவல் செய்தார்கள். கொட்டடியை உடைத்து துப்பாக்கிகளைக் கொண்டு போகிற புரட்சியாளர் படை 1965-களில் உருவாகியிருக்கவில்லை. மாணவர்கள் தடியும் கல்லும் அறிந்திருந்தனர். மாணவர் விடுதிகளில் ஏறிச் சாடி அடித்தால் கண்களில் வீச மிளகாய்ப் பொடி இருந்தது.

அடி என்றால் அடி,சுடு என்றால் சுடு - தயாராயிருந்தது கேரள 'மலபார் போலீஸ்' சிறப்பு அதிரடிப் படை. மலபார் போலீஸாரைத் துப்பாக்கிகளுடன் கௌரவித்திருந்தார்கள்.

போராடும் மாணவர்கள் புத்தியால் ஜீவித்தார்கள்

''மலபாருக்குத் துப்பாக்கி;

மண்ணின் மைந்தனுக்கு இல்லையா?''

மறுநாளே தமிழ் நாடெங்கும் சுவரொட்டிகள் பளிச்சிட்டன.

சுவரொட்டிகள் தமிழகக் காவலரைத் தூண்டிவிட்டன என்று ஆட்சியாளர்கள் குற்றம் சாட்டினர்.

தமிழ்நாட்டில் வரலாறு காணாத இரு நிகழ்வுகள் நடை பெற்றிருந்தன. இந்தியக் குடியரசு அறிவிக்கப் பட்ட 1950களின் பின், வேறு எந்த மாநில மக்களும் கண்டிராத இராணுவ நுழைவைத் தமிழ் மக்கள் கண்டனர். மலபார் போலீஸ் - ரிசர்வ் போலீஸ் ஆகிய இரு போலீஸ் அணியைத் தவிர வேற படையணியை வாழ்நாளில் தரிசித்திராத மக்கள் நகரில், கிராமங்களில், வட்டாரங்களில் இராணுவ பூட்ஸ்களின் கரகரத்த சப்தத்தைக் கேட்டு 'அன்னம் தண்ணி' மறந்து பார்த்து நின்றார்கள்.

அஞ்சல் தணிக்கை - போலீஸ் கண்காணிப்புடன் ஒவ்வொரு அஞ்சல் நிலையத்திலும் கடிதங்கள் பிரித்து வாசிக்கப்பட்டன. காதல் கடிதங்களும் வாசிக்கப்பட்டதால், 1965-ஆம் ஆண்டில் தமிழ்நாட்டில் காதலர்கள் இல்லாமல் போயினர். கடல்கோள் கொண்டு அழிந்த தமிழகத்தை விட, காதலில்லாத் தமிழகம் பரிதாபமான தோற்றம் கொடுத்தது.

இந்தி எதிர்ப்பு, துப்பாக்கி சூடு, மாணவர்கள் சாவு, கல்லூரிக்குள் காவல்துறை தடியடி என்ற திடுக்கிடும் செய்திகளை முந்தித் தருவதில் மதுரையிலிருந்து வெளியாகும் மூன்று நாளிதழ்களுக்குள் போட்டா போட்டி. சந்தையைப் பிடிக்க கவர்ச்சிச் செய்திகள் தந்தாலும், சரிக்குச் சரியாய் உண்மைச் செய்திகள் தரும் தார்மீகக் கடமை இருந்தது. பணியாளர்கள் இதழ் வேலை முடித்து எல்லா ஊர்களுக்கும் இரவில் அனுப்பி வீடு திரும்புவார்கள். வீட்டுக்குப் போவது, சாப்பிடுவது, தூங்குவது, உணவு இவையெல்லாம் மறுநாள் அலுவலகத்தில் பிழிந்து காயப் போடுவதற்கான முன்தயாரிப்புகள் என்றாகின.

சென்னை மாணவர் தலைவர் சேதுராமன் மதுரை வந்தபோது மொட்டை போட்டிருந்தான். அவனை வரவேற்க ரயில் நிலையம் போனவர்கள் நிகால் பிடிபடாமல் கோட்டை விட்டார்கள். சேதுராமன் இறங்கி இவர்களைத் தேடிக் கொண்டிராமல் நேரே மருதமுத்து

அறைக்கு வந்திருந்தான். தாடி, நீண்ட முடி மட்டும் அல்ல, மொட்டையும் தலை மறைவு அணிகலன் என அப்போது உணர்ந்தார்கள்.

சேதுராமன் எதற்காகக் கேட்டான்? எந்த யோசனையில் நாளிதழில் வேலை பார்த்த தன் நண்பன் அன்புவின் முகவரியை மருதமுத்து தந்தான்? இன்றும் இந்தக் கேள்வி அடைபடாமல்நிற்கிறது. நினைக்க நினைக்க வேதனை ஊறியது. இப்போது நினைத்து நொம்பலப்படுகிறான்.

சேதுராமனிடமிருந்து கடிதம் வந்தது. நாளிதழிலிருந்து அன்புவின் வேலை பறிக்கப்பட்டது. கைது செய்யப்பட்டு விசாரிப்பு நடந்தது. போலீஸ் ''அவன் மருதமுத்து இருக்கிற இடத்தைக் காட்டு'' என்று ஒரு இடம் விடாமல் இழுத்துக்கொண்டு போனார்கள். மருதமுத்துவின் சொந்த ஊர் சங்கரன் கோவில். அங்கு கூட அவர்கள் போயிருக்கிறார்கள். தலைமறைவு வாழ்வுக்குப் போகும் முன்னர் அன்புவுக்கோ மற்ற யாருக்குமோ மருதமுத்து தெரியப்படுத்தி இருக்கவில்லை.

''தெரிஞ்சாத்தானே காட்டறதுக்கு''

செனாச்சிக்கிட்டு சுள்ளாய்ப்பாய் கேட்டிருக்கிறான் அன்பு.

''என்ன ஃரப்பா பேசறான்''

பிடறியில் அடித்து, காவல் நிலையக் கொட்டடியில் தள்ளி ''அவனைக் கொண்டாற வரைக்கும் இங்கேயே கெட'' என்று போட்டுவிட்டிருந்தார்கள். இதுநாள் வரையிலும் அன்பு போலீஸ் கொட்டடியிலேயே கெடக்கிறான். அதைப்பற்றி சேதுராமனிடம் தெரிவித்தார்கள் மருதமுத்துவும், பொன்னுவும்.

''என்ன, வேணும்னா செய்தோம்'' என்றான் சேதுராமன் சாதாரணமாய். தமிழகத்தின் மாணவர் தலைவன் எனப் பெருமைப் படுத்தப்பட்டவன் காட்டிய அலட்சியம் மதுரை மாணவர்களை நோக அடித்தது.

''போராட்டம் நடந்துக்கிட்டே இருக்கட்டும். என்னைப் பற்றிக் கவலைப்பட வேண்டாம். நா இங்ஙனயே கெடக்கேன்''

அன்பு சொல்லியனுப்பியதாகத் தகவல் வந்தது.

''அவனே அதைப்பற்றிக் கவலைப்படலே. நீ அனத்திக்கிட்டிருக்கே''

லேசாய்த் தட்டி விட்டுவிட்டான் தலைவன். அப்போது தலைமைக்குக் கட்டுப்பட்டுப் போக வேண்டுமென்பதற்காக அடக்கமாய் இருந்தார்கள். அந்த இடத்திலிருந்து மருதமுத்து மட்டும் வெளியே வந்து விட்டான். அவன் புறக்கணிப்பு, அந்த மௌனம் எதற்காகவென்று, அங்கிருந்த மாணவர்களின் முகமாற்றம் குறியிட்டது. தன் பிழையை உணர்ந்தவன் போல் ''ஏ, அந்த மௌனத்தைக் கூப்பிடுங்கப்பா'' என்றான் சேதுராமன்.

சிறையும், போராட்டமும் இளமை முறுக்கில் இயல்பாக ஆகிப் போயிருந்தது. சாவு கூட அந்நியமாயில்லை. தலைமறைவு வாழ்வும் சாவும் இணைவாக அவர்களுடன் வந்து கொண்டிருந்தது.

2

பூகம்பம் உலுக்கிய பூமியாய், திருச்சி ரயில் நிலையம் கந்தர் கோலப்பட்டிருந்தது. மருதமுத்துவும் பொன்னுதுரையும் வந்தடைந்த போது இருந்த திருச்சி நிலையம் இல்லை. முதலில் ஒரு பிரயாணியும் இல்லாது மனித அரவமற்ற திருச்சி ரயில் நிலையக் காட்டில் மௌனச் சித்தர்களாய் மருதமுத்துவும், பொன்னுத்துரையும் முடங்கிக் கிடந்தார்கள். சாமம் 3.30 மணிக்கு சென்னை செல்லும் பயணிகள் ரயிலுக்காக ஒவ்வொரு ஜீவனாக இறக்குமதியாகிக் கொண்டிருந்தது.

படிக்க பத்திரிகையும் சாப்பிட பன்னும் வாங்கிவர, அரைமணி முன்பு மருதமுத்து ரயில் நிலையத்திலிருந்து வெளியில் போனான். திரும்பி வந்தவன் ரயில் நிலைய நடைமேடையில் கால்வைத்தபோது, அவர்களிருவரின் தலைக்கு மேல் கவிந்த விபரீதம் தென்பட்டது. ரயிலடிக்கு வந்த ஒன்றிரண்டு பேரையும் அடித்து போலீஸ் ஒரு

ஓரத்துக்கு ஒதுக்கிக் கொண்டிருப்பதைப் பார்த்தான். ரயில் நிலைய நுழைவில் நின்று இன்ஸ்பெக்டர், சப் இன்ஸ்பெக்டர், போலீஸ்காரர்கள் மக்களை விரட்டிக் கொண்டிருந்தார்கள். அதிகாரம் கடைசியாய் செல்லுபடியாவது மக்கள் மீது. சிதறடிக்கப் பட்ட மக்கள் நடுங்கி மூலையில் முடங்கினார்கள்.

"திருச்சி போய்ட்டா எந்த நேரத்திலும் சென்னைக்கு வண்டி கெடக்கு. அங்ஙன இல்லாத வண்டியா" என்று திருச்சியிருந்து வந்த வாடகைக் கார்க்காரனை நம்பி மதுரை மாணவர்கள் ஏமாந்து அனுப்பிவிட்டார்கள். அவன் திரும்பி வர சவாரி தேடினான். அது நடந்தது யாரையும் நம்ப வேண்டாம் என இருந்த போராட்ட காலத்தில், ஒரு சாதாரண டாக்சிக்காரனை நம்பிக் காரியமாற்றிய மருத்துவ மாணவர்கள் முதல் குற்றவாளிகளானார்கள்.

"அவசரப்பட்டால் அண்டாவுக்குள்ளும் கைபோகாது" என்ற மொழி நிரூபணமாகி விட்டது.

ரயில்வே போலீஸின் விரட்டலில் சனம் சிதறு தேங்காயாய் நொறுக்கப்பட்டது. பொன்னுத்துரையின் கை ஒரு போலீஸ்காரனின் முறுக்குப் பிடியில் இருக்க, நடுத்தர வயதுள்ள இன்ஸ்பெக்டர் விசாரித்துக் கொண்டிருந்ததை தூரத்திலிருந்தே மருதமுத்து கண்டான்

வசமான பிடிமானம் ஒன்று இன்ஸ்பெக்டருக்குக் கிடைத்திருக்க வேண்டும்.

"ஸார் இவர் தானா?"

இன்ஸ்பெக்டர் இளக்காரமாய்க் கேட்டான். மருதமுத்து நெருங்கியதும், நடுக்கத்தில் நின்றிருந்த பொன்னுத்துரை மருதமுத்துவிடம் சொன்னான்.

"எதையும் மறைக்க வேணாம். எல்லாத்தையும் சொல்லீருங்க" பதட்டப்பட்டான். ஏற்கனவே விஸ்தாரமாக எல்லாவற்றையும் கக்கியிருக்கிறான்.

மேலதிகாரிகளின் முகம் கீழிருக்கும் போலீசுக்குத் தட்பவெப்பம் காட்டும் மானி இன்ஸ்பெக்டரின் முகம் கொஞ்சம் இளக்கம் கொண்டிருந்ததைக் கண்டார்கள் போல. பொன்னுத்துரையை இறுகப் பற்றியிருந்த போலீஸ் கையை விட்டிருந்தான்.

''ஒங்க அய்யா பேரு என்ன?'' பொன்னுத்துரையைக் கேட்டான் இன்ஸ்பெக்டர்.

'அய்யா' என்ற வார்த்தை தென்மாவட்டங்களுக்குரியது. அவன் தென் மாவட்டங்களிலிருந்து வந்த ஆள் எனக் காட்டியது.

''பாண்டித்துரை''

பொன்னுத்துரை பதில் சொன்னபோது இன்ஸ்பெக்டர் படபடத்து,

''என்ன சொன்னே? திருப்பிச் சொல்லுய்யா'' என்றான்.

''பாண்டித்துரை''

''மதுரையில் நான்காம் தமிழ்ச்சங்கம் வச்சாரே, அந்த சேதுபதி மகாராஜா பாண்டித்துரைத் தேவர் வம்சமா நீ?''

''ஆமா''

இன்ஸ்பெக்டர் பொன்னுத்துரைக்கு நெருக்கமாகியிருந்தான். மரியாதை கூடியிருந்ததற்குப் பொன்னுதுரையின் பதில் காரணம்.

''சபாஷ், பாண்டித்துரைத் தேவர் மகன் பொன்னுத்துரை''

அடையாளம் கண்டுகொண்ட குதூகலம் இன்ஸ்பெக்டரின் சபாஷில் வெளிப்பட்டது.

''ஏம்பூ'' என்கிறான்.

அப்பூ என்பதான உச்சரிப்பு சாதி மொழி. அந்த மாயக் கம்பளம் இருவரையும் தூக்கிச் சுமந்து தனித் தீவில் இறக்கிற்று. பொன்னுத்துரையின் கையைப் பூப்போல பற்றினான் இன்ஸ்பெக்டர்.

''ஏம்பூ, நம்ம இனத்துல யாராவது கல்லூரிக்குள்ளே ஒதுங்குனதை

இதுவரை நீ கண்டிருப்பியா? இல்லே, நாந்தான் கண்டது உண்டுமா? காலடி வச்சிருப்பாங்களா? ஒங்கப்பாரு என்ன படிச்சாரு?''

''ஒன்னும் படிக்கலே''

''நினைச்சுப் பாரு. ஒன்னுமே அரிச்சுவடி தெரியாத பாண்டித்துரை, தன்னோட மகன் பொன்னுத்துரை முன்னுக்கு வரணும்னு நெனைக்கார். அதைப் பத்திரமா வச்சுக் காப்பாத்தத் தெரியாம, இந்த விருதா வேலை பாத்துக்கிட்டு அலையுதீங்க''

'தராதரம் இல்லாத பயலையெல்லாம் ஏன் கூட்டிட்டு அலையுறே?' என்பது போல் இன்ஸ்பெக்டரின் பார்வை மருதமுத்துவைக் குத்திற்று. அந்தச் சூழல் தன்னை அந்நியப்படுத்தி நிற்பதாக உணர்ந்தான்.

''மூன்றரை மணிக்கு வண்டி. பத்திரமாய்ப் போய் வா. நல்ல காரியமாப் போறதினாலே விடறேன்''

நல்ல காரியம் என்று இன்ஸ்பெக்டர் புள்ளியிட்டது போராட்டத்தை முடிவுக்கு கொண்டு வரவிருக்கிறார் என்ற செய்தியை அவன் வருவதற்கு முன் பொன்னுத்துரை வெளிப்படுத்தியுள்ளான் என்று தெரிந்தது.

குடும்பம், குழந்தை, லஞ்சம், மாமூல் என்ற பிசிரற்ற நீரோட்டமாய்ப் போய்க் கொண்டிருந்த வாழ்வுக்குள் இனி அவர்கள் சுகமாக மீள்வார்கள் என்பது அதன் உட்பொருள். வேற சோலி பார்க்கிறதை விட்டுட்டு, இதே சோலியாய் எத்தனை நாள் அலைவது? சந்தோஷமாய் நகர்ந்தார்கள் இன்ஸ்பெக்டரும் போலீஸ்காரர்களும்.

இன்ஸ்பெக்டர் கொஞ்சதூரம் போய் நின்றான். அவனுக்குப் பொன்னுதுரையிடம் பேச வேண்டியிருந்தது. தனியாகப் பேச நினைக்கிறார் என்று தெரிந்து தூரமாய்ப் போய் நின்றவரிடம் பொன்னுதுரை ஓடினான். தன் சட்டைப் பையிலிருந்து அவனிடம் எதையோ எடுத்துக் கொடுத்தது இங்கிருந்து தென்பட்டது. அது என்ன என்று கடைசிவரை பொன்னுதுரை வெளிப்படுத்தவில்லை.

3

திருச்சி ரயில் நிலையத்தில் நடந்த அத்தனை செய்திகளையும் சென்னை மாணவர் ஆலோசனைக் கூட்டத்தில் மருதமுத்துவும் பொன்னுத்துரையும் பரிமாறியிருந்தார்கள். கூடியிருந்த முகங்கள் அதிர்ச்சியில் உறைந்தன. சிங்கத்தின் குகைக்குள்ளிருந்து தப்பி வந்த அதிசயங்கள் போல இருவரும் தெரிந்தார்கள்.

''எப்படியோ தப்பிச்சி வந்திட்டோம்'' என்றான் பொன்னுத்துரை. இன்னும் தீராத நடுக்கம் அவனிடம் தங்கியிருந்தது தெரிந்தது.

''அங்கயும் நம்ம இனத்துக்காரன் இருக்கான் பே.ால''

தலைவன் சேதுராமன் சொன்னது சுரீர் என்று உறைக்க, கோபம் கொண்டு சேதுராமன் முகம் பார்த்தான் மருதமுத்து.

''அப்படிச் சொல்லாதீர்கள் அன்பரே, அங்கேயும் நம் போராட்ட உணர்வுள்ளவர்கள் இருக்கிறார்கள் என்று சொல்லுங்கள்''

தூய,தெளிவான தமிழில் பேசினார் பச்சையப்பன் கல்லூரி மாணவர்.

''அவர் மட்டும் இல்லைன்னா எங்க கதை நாறிப் போயிருக்குமே''

பொன்னுவின் பதிலாக வந்தது. இன்ஸ்பெக்டரை மரியாதைக் குறைவாய் குறிப்பிட அவன் விரும்பவில்லை.

''அதுக்குத்தான் சொன்னேன். போராட்டம் நின்ன பிறகு அந்த புண்ணியவாளனைப் பார்த்து மாலை போட்டு மரியாதை செய்யுங்கன்னு''

சேதுராமன் மீண்டும் அழுத்திச் சொல்வது அங்கு நிலவிய சூழலில் அந்நியப்பட்டுத் தெரிந்தது.

சென்னை மாணவர் கூட்டத்தில் இரு வியப்புகள் காத்திருந்தன .

''லயோலா கல்லூரி - பண்பாளர்கள்

விவேகானந்தா கல்லூரி - அறிவாளிகள்

பச்சையப்பா - கலகக்காரர்கள்''

தலைநகரக் கல்லூரிகளின் குணப்பாங்கு பற்றிய ஆங்கில வாசகம் மருதமுத்து பொன்னுத்துரை சிந்தனைகளில் மதுரையிலேயே ஓடிக் கொண்டிருந்தது இப்போது எதிரே அந்த நியான் விளக்குகள் நின்றன. மருளடித்த குழந்தைகளாய் முழி கதிக்க நிற்க, அந்த மூன்று கல்லூரி மாணவர் பிரதிநிதிகளையும் பார்த்துக் கொண்டிருந்தனர்.

கொக்கியாய் இழுத்த இரண்டாவது அதிசயம் - மாணவர் சந்திப்பு நடைபெற்ற இடம் - சுல்தானா அர்ஷியா என்னும் இஸ்லாமியப் பெண்ணின் இல்லம். சென்னையின் மையமான சேத்துப்பட்டில் ஸ்பர்டாங்க் சாலையில் இருந்தது வீடு. பஞ்சாபிப் பெண் போல சல்வார் கமீஸ், பைஜாமாவில் காட்சியளித்தார் சுல்தானா. சுல்தானாவின் தாய், தந்தை, அண்ணன், பாட்டி கொண்ட குடும்பம் நவீனத் தொழில் முனைவோர்களாகத் தென்பட்டார்கள்.

முதல் மாடியில் 25-க்கு மேற்பட்ட மாணவர்கள் அமர்ந்திருந்த விசாலமான அறை. சுல்தானா குடும்பத்தினார் பழைய பாரம் பரியத்திலிருந்து வெகு பல பத்தடிகள் தள்ளி வந்து விட்டிருந்தார்கள். புதுமையின் பெயரில் எழுந்த சிகரெட் புகை அவர்கள் சகிக்க முடியாததாக இருந்தது. சிகரெட் புகைக்காமல் தன்னால் ஒரு நிமிடம்கூட இருக்க முடியாது என்று சேதுராமன் சொன்னான். அவன் உட்பட சிலரது விருப்பத்தை நிறைவேற்ற கதவை மூடி, பின்புறம் வராண்டாவில் நின்று புகைக்க அனுமதித்தார்கள். புகைக்க அனுமதிக்க வெண்டும் என்று கேட்பது என்ன வகை நாகரீகத்தில் அடங்குகிறது எனப் புரியவில்லை. அதை சுல்தானா அர்ஷியா குடும்பம் அனுமதிப்பதும் அதீத பெருந்தன்மையாகப்பட்டது. புகைக்காத பொன்னுதுரையையும் மருதமுத்துவையும் நன்றியுடன் பார்த்துப் புன்னகை செய்தார் சுல்தானா.

அரசு அடக்கு முறைக்கு எதிரான கொந்தளிப்பை செல்வந்தக் குடும்பத்தால் நியாயபூர்வமானதாக எவ்வாறு உணர முடிகிறது என்ற கேள்வி குடைந்து எடுக்க, பொன்னுத்துரையும் மருதமுத்துவும் மலைப்பில் இருந்தார்கள். ஸ்பர்ட்டாங் சாலையின் அந்த வீடு அவர்களைப் போன்ற வெளியூர் மாணவர்களின் மதிப்பில் சிகரம் தொட்டது.

சுல்தானா தொடர்ந்து ஆங்கிலத்திலும் இடைஇடையே இந்தியிலும் பேசினார். தமிழில் உரையாட இயலவில்லை. என்னதான் தமிழில் முயற்சி செய்தபோதும் தொட்டது தொண்ணூறுக்கும் ஆங்கிலம் வந்து நின்றது.

"அக்கா, நீங்க தமிழில் பேசாமலிருப்பது நல்லது. ஆங்கிலத்தில் மட்டும் பேசுங்கள். இந்தியில் வேண்டாம். இந்தி ஆதிக்கத்தை எதிர்த்துத் தான் இத்தனை உயிர்களை பலி கொடுத்தோம். இப்போது நடைபெறுகிற ஆலோசனைக் கூட்டமும் இந்தியை எதிர்த்துத்தான்"

சொன்னவர் பச்சையப்பன் கல்லூரி மாணவர் நல்லரசு. பச்சையப்பன் கல்லூரி கலகப் பாரம்பரியம் என்பதை நிரூபித்துவிட்டார். சுல்தானா அதற்காக மன்னிப்புக் கேட்டார். மருதமுத்து அருகிருந்த பொன்னுத் துரையிடம் கிசுகிசுத்தான்

'ரெண்டு பேரும் அசத்தீட்டாங்க'

போராட்டத்தை திரும்பப் பெறுவது; அனைத்து மாணவர்களும் வகுப்பறைக்குத் திரும்புவது என முடிவெடுக்கப்பட்டது. பெற்றோர்களின் விருப்பத்துக்கு எதிரான போராட்டம் வெற்றியடைய இயலாது. பெற்றோர்கள் எனின், அவர்கள் தாம் மக்கள். போராட்டத்தைத் தீவிரப்படுத்தி மக்களிடம் கொண்டுசெல்ல கால அவகாசம் வேண்டும். மதுரை மாணவர்கள்கொண்டு வந்த தீர்மானம் ஏகமனதாய் நிறைவேறிற்று. அனைத்துப் பிரதிநிதிகளும் கையெழுத்திட்டனர். அங்கேயே தட்டச்சு செய்து, 'செய்தி வெளியீடு'

அனைத்துப் பத்திரிகை அலுவலகங்களுக்கும் அனுப்பிட ஏற்பாடானது. எல்லாப் பணிகளையும் சுல்தானா பொறுப்பெடுத்து லாவகமாகச் செய்து முடித்தார். உதவத் தயாராயிருப்பதாக மதுரை மாணவர்கள் தெரிவித்து முன்வந்தபோதும் அவர் ஏற்கவில்லை. சூடான விவாதம், முடிவுபெற்று, அமைதிக்கு வந்தவிட்ட பின்னும் ‘கும்’மென்ற சிகரட் புகையின் சூடு அறையை நிறைத்திருந்தது.

முன்பதிவு செய்திருந்தமையால் திரும்புதல் பயணம் சுகமாக அமைந்தது. சென்னை செல்கிறபோது நேர்ந்தது போல திரும்புதல் நிகழவில்லை. தலைமறைவு வாழ்க்கை தொடர வேண்டும் என்ற நெருக்குதல் இனியில்லை. எந்த நேரமும் எதுவும் நடக்கலாம் என்ற பதைப்பு ஒதுங்கிவிட்டது.

மதுரை போய்ச் சேர்ந்ததும் காவல்நிலையக் கொட்டடியில் கிடக்கும் அன்புவை மீட்க வேண்டும் என்று மருதமுத்து நினைத்தான். அனைத்து மாணவர்களும் கூட்டமாய்ப் போய் மீட்டு வருவது என்று முடிவெடுத்திருந்தான். அன்புவை மீட்க விரும்பும் இனிய நினைவுகளில் ரயிலில் கண்ணயர்ந்த போது, நடுச்சாமப் பொழுதில் தன்னைத் தொட்டு யாரோ எழுப்புவது போல் பட்டது. கண் திறக்க நினைத்த போதும் முடியவில்லை. திருகைக் கற்கள் போல் இமைகள் கண்மேல் அழுத்தியிருந்தன. ரெப்பைகளைக் பிரிக்க ஏலாமல் ‘உம் உம்’ என்றான். பிறகு அசந்து தூங்கினான். திருச்சி தாண்டி அடுத்த நிலையத்தில் திண்டுக்கல்லில் விழித்தான். பொன்னுத்துரை இல்லை. அவன் சிறு பெட்டியுடன் இறங்கியிருந்தான்.

‘‘நா திருச்சியில எறங்கிக்கிறேன்’’

முதல்நாள் ரயில் ஏறுமுன் பொன்னுத்துரை சொன்னது நினைவில் மேலெழுந்தது. திருச்சி ரயில் நிலையத்தில் இன்ஸ்பெக்டர் தனியாய் அவனைக் கூப்பிட்டு கையளித்தது முகவரி அட்டையாக இருக்கக் கூடும். அதுவே அழைப்பாகவும் இருக்கும்.

மருதமுத்து தனியனாய் மதுரை போய்க்கொண்டிருந்தான்.

காட்டாளும் கத்திக் கல்லும்

கோயில் பூசை செய்யும் பண்டாரம் அல்லாமல் இதை வேறு யரும் செய்திருக்க முடியாது. பெருமாள் கோயில் முற்றத்தில் மாமரமும் பூவரசும் உதிர்த்த பழுப்பு இலைகள், சருகுகள் குமிகுமியாய்க் கிடக்க, சருகுக் குமியில் நெருப்பு மூட்டியிருப்பார். ஊர்மேல் கவிந்திருப்பது, மேலேறிப் பரவியது அந்தப் புகை என்று நாங்கள் நினைத்தோம்.

புகை இல்லை. பனி மூட்டம். பாழாய்ப் போன பனிமூட்டத்துக்கு இது காலம் இல்லை என எங்களுக்குத் தெரியும். ஊரைச் சுற்றி பயிர், பச்சை துள்ளாட்டம் போடும் மார்கழி, தை மாதங்களில் ''வெம்பா'' (வெண்பனி) பெய்யக் கண்டதுண்டு. வெள்ளை முக்காடு போட்டது போல் பனி மூடியிருக்கும். முக்காட்டைக் களைந்து வெளியுலக முகம்காணத் திமிறும் பூமியை இறுக்கி மூச்சுத்திணற வைத்துக் கொண்டிருந்தது வெம்பா. கொத்தமல்லிக் காட்டின் மேல் இன்னொரு அடுக்கு பூத்தது போல் ஒரு அடி உயரத்துக்கு ஆடாது அசையாது நின்றது.

தை முடிந்து, மாசி கடைசியில் திடீரென்று பனி மூட்டம் கவிந்தது ஆச்சரியம்! தெருவில் ஒரு முனையிலிருந்து பார்த்தால் மறுமுனை தென்படவில்லை. அடிவானம் பம்மிக் கிடந்தது. அடுத்த முனையில் நல்ல தூறல் பெய்வது போலவும் தென்பட்டது. இது கேடுகாலத்தின்

நோய்க் குறி. 'சம்சாரியைக் கொல்லத்தான் பாக்குது' என்று முணு முணுத்தார்கள்.

எட்டுமணிக்குச் சூரியன் இல்லை. மேலே நிலாத் தட்டும் இல்லாத போது இவ்வளவு பால் எங்கிருந்து கொட்டிற்று என்று திகைப்போடு வானம் பார்த்தார்கள். இதுவரை விளையாத ஏதொன்றும், வாழ்வில் இதுநாள் மட்டும் காணாத ஏதொன்றும் காணக் கிடைத்தால் அற்புதமாகவே தோன்றும். தலையில் சின்னத் துண்டை உருமால் கட்டிக்கொண்டு, சேத்தாளிகள் நடந்தோம். எங்கள் தோரணையை ஓரக்கண்ணால் கவனித்த பெரிய ஆட்கள் மனசுக்குள் ஒருக்கணித்துச் சிரித்துக் கொண்டு போனார்கள்.

பனிக் காலையில், இரண்டு போலீஸ்காரர்கள் சைக்கிளில் வந்தார்கள். ஊரின் கண்மாய்க்கரை முக்கில் கோயில் பூசை செய்து திரும்பும் பண்டாரத்தை விசாரித்திருக்க வேண்டும். காற்று மழுங்கத்தனமாய் படுத்துக்கிடந்த வேளையிலும் குசுகுசு விசாரிப்பு கிழக்கு மந்தைவரை உடனே போய் எட்டியது. பொதுமடத்தின் முன்னால் சைக்கிளை நிறுத்தி குருசாமி பெயரைச் சொல்லி, வீடு கேட்டார்கள். நாங்கள் வீட்டைக் கை காட்டினோம்.

"போய், அவனைக் கூட்டிட்டு வாங்க"

தம்பிகளா என்று சொன்னதே எங்களைத் தடவி நெகிழச் செய்தது. போலீஸ்காரன் மொழி பேசியிருந்தால், நாங்கள் பணிந்திருக்க மாட்டோம்.

இன்னொரு போலீஸ் சந்தேகத்துடன் "தப்பிச்சுக் கிப்பிச்சுப் போய்ட்டான்னா?" என்றார் "எங்கப் போயிருவான்?"முதல் ஆள் மெதப்பாய்க் கேட்டார்.

ஓட்டமும் நடையுமாய் பொடிப்பயல்கள் போனோம். குருசாமி இந்நேரம் கிடைக்காவலில் அல்லவா இருப்பார் என்று தோன்றியது. நாங்கள் வீட்டைத் தட்டியபோது, அவருடைய புதுப் பெண்டாட்டி

கதவைத் திறந்து வருவாள் என நினைத்தோம். எதுவுமே அறியாதது போல் இன்னொரு ஆள் வெளியே வந்தான்.

"இந்தப் பெண்டுகன் இங்க ஏன் வந்தான்?" ஏறிட்டுப் பார்த்தோம். ஏறிட்ட விழிச்சிவப்பில் அவன் பொசுங்கியிருக்க வேண்டும். எங்களைக் கொஞ்சமும் கண்டுகொள்ளாமல் அவன் நடந்து போய்விட்டான். அழகரப்பன் என்ற அந்தப் பெண்டுகப்பயல் பற்றி ஊரில் யாருக்கும் நல்லபிப்பிராயம் இல்லை. பெண்கள் போல் கொணட்டிக் கொணட்டிப் பேசி ஒவ்வொரு வீடாய் நுழைந்து கொண்டிருப்பான்.

நாங்கள் திரும்பி வந்து 'ஆள் இல்லை' என்றோம். ராத்திரி ஒரு நேரச் சாப்பாட்டுக்கு வருவது தவிர மற்ற நேரம் ஆட்டுக்கிடையில்தான் கிடப்பார் என்று அத்துவானக் காட்டைக் கைகாட்டினார்கள் பெரியவர்கள்.

சைக்கிள் இருக்கிறது. சவாரி போவது கடினமல்ல. போலீஸ்காரர்கள் புறப்பட்டு விடுவார்கள் என்று பட்டது. தண்ணீருக்குள் நழுவுகிற விலாங்குமீன்போல் அவர்கள் கண்களுக்குள் அகப்படாமல், சந்திரனும் நானும் ஆளுக்கொரு திசையில் வடக்கே, தெற்கே நழுவினோம். கிழக்கில் தொலைதூரக் கவுல்காட்டுக்குப் போகும் வண்டிப்பாதையில் ஒன்றாய்ச் சேர்ந்தோம். ஓட்டம் சிறந்த ஆயுதம். கால்களில் ஏந்திய ஆயுதம் கதியாய் கீக்காட்டில் போய்ச் சேர்த்தது.

அப்போதுதான் ஈத்தான ஆட்டுக்குட்டியை, கீழேவிழாமல் கையிலேந்தி குருசாமி வழித்துக் கொண்டிருந்தார். எங்களுக்கு ஓடிவந்ததில் மேல்மூச்சு, கீழ்மூச்சு வாங்கியது. என்றைக்கும் வராத பொடியன்கள் இன்றைக்கு வந்திருக்கிறார்களே என்று குருசாமி பார்வையைக் கீழேபோடாமல் ஏறிட்டார். குத்துக்கால் வைத்து குட்டியை நெஞ்சோடு அணைத்து, அதைச் சுற்றிய ஈளையை வழித்து எடுத்துக் கொண்டிருந்த அவர் முகத்தில் குனிந்து மூச்சு விட்டோம்.

பா. செயப்பிரகாசம்

''ஒங்களத் தேடி போலீசு வந்திருக்கு''

அவரைப் பார்த்தோம்.

''வேற யாரையும் பாக்கலையா?''

அந்தக் காலத்தில் கிராமமுன்சீப், கணக்குப் பிள்ளை என்றிருந்தார்கள். போலீஸ் வந்தால் கிராமத்துக்குள் முதலில் அவர்களிடம் போவார்கள். இல்லையென்றால் ஊர்ப் பெரிய தலைகளிடம் தகவல் போகும். அவர்களை முதலில் பார்த்துப் பேசிவிட்டால் தேடுகிற ஆள் அங்கேயே வந்து நிற்பான். அல்லது அவர்களில் ஒருவர் துணையுடன் தேடிவந்த ஆளிடம் போவார்கள். அவ்வாறு போய்ப் பிடிப்பதில் இருபக்க நன்மை. தெரிந்த ஊர்ப்பெரியவர்களுடன் வருவதால், லாவிப்பிடித்து கெடாக்குட்டியை நசுக்குவதுபோல், அடி மொக்கி எடுக்கமாட்டார்கள். இரண்டாவது, முக்கியமான ஒரு விசயம் தேடிவந்த ஆள், கதவை விருட்டென்று திறந்து, கையில் அரிவாளுடன் பாய்ந்து வீசி, பங்கரை பண்ணித் தப்பித்து ஓடிவிட முடியாது.

பகலில் ஆடு மேய்ப்பு; இரவில் கிடைக்காவல். சூரியனுக்குக் கீழே இருக்கிற பகலும், நட்சத்திரங்கள் கொண்டு வருகிற இரவும் காட்டில் ஆடுகள் பின்னால் அழிந்தன. ஊர்வாழ்வு அவருக்கு இல்லை. ஒவ்வொரு வீட்டுக்காரனுக்கும் வீடு, குடும்பம் என்றிருக்கிற பொதுவாழ்வு ஆட்டுக்காரர்களுக்கு லபிக்கப்பட்டதில்லை.

அவர் ஒரு காட்டாள். ஊரையே குட்டைப் புழுதியாக்கும் எங்கள் கண்ணில் வெகுகாலம் தென்பட்டதேயில்லை.

அன்றொரு நாள் ராத்திரிச் சாப்பாட்டுக்கு மாற்றிவிட, ஆள் போயிருந்தது. சாப்பாட்டுக்கு வந்தவரை தெற்குமடத்தில் கண்டது அபூர்வம்! பட்டிக்காடுகளில் தீபாவளி, பொங்கல் விசேட நாட்களில் இட்லி, தோசைக்குப் போடுவது போல், சின்னப்பயல்களுக்கு அவரை ஊரில் கண்டது அதிசயக் காட்சியாகிப் போனது.

அவர் யாரோடும் வாய்ப்பழக்கம் போட்டுக் கண்டதில்லை. அப்படியாப்பட்ட மனுசனும் கிடையாது. மற்றவர்கள் சாப்பாடு முடித்து, அலுப்புப்போக மடத்துச்சுவரில் சாய்ந்து தென்காற்றை மேனியில் தேய்த்துக் கொண்டு, கண்ணயர்ந்த வேளையில் ஏதோ பாட்டுக்குரல் தடவியது. சுவரில் சாய்ந்து குருசாமி கண் கிறங்கிய போது அதுவும் தன் புலப்பமாய் தனக்காகப் பாடியது. சுத்தியிருந்த காதுகள் சுதாரித்துக் கொண்டன.

"லே, யய்யா, லேசாப் பாடுய்யா"

வாய்கள் கெஞ்சின.

இது காலமும் செவிவழியோ, வாசிப்பு வழியோ நாங்கள் அறிந்திராத ஒரு வாழ்வை, அக்குரல் கதைப்பாட்டாக இறக்கியது. நிமிர்ந்த குரலில் எழுந்து அங்கேயே உட்கார்ந்திருந்தது. கல்யாணப்பல்லக்கு, கிராமத்தில் "பட்டணப் பிரவேசம்" போவது போல், கொஞ்சப் பொழுதில் தெருக்களின் மேல், பிரவேசம் செய்து சுற்றிற்று. தென்றலும், தென்றல் போல் இசையும் பாட்டுமாய் இணைந்து கிறக்கமாக்கியது. அந்தக் குரலைப் பிடித்துக் கொண்டே, நாங்கள் ஆகாயவழியாய் சவாரி செய்தோம். சொர்க்கத்தை அடைந்து எப்போது சுக நித்திரை போனோம் என்பது தெரியாது. ஒரோரு நாளும் சொர்க்க யாத்திரை போகும் நினைப்பில் மக்காநாள் இரவும் போய் மடத்தில் படுத்துக்கிடந்தோம். காட்டாள் வரவில்லை.

ஆடு பத்துகிற போதும், கிடையில் ஆடு அமர்த்துகிற போதும் தனியொரு மனிதனாய் அவர் அலைந்து கொண்டிருப்பார். அந்த நேரத்தில் தன்னுடன் பேச, தன்னுடன் உலாத்திக் கொண்டிருக்க இன்னொரு மனிதனை அவர் தேடியிருக்க வேண்டும். தனதாளாய் அந்த மனிதனை சீராட்டி, உச்சி மோந்து வளர்த்திருக்க வேண்டும். இரவில் பொதுமடத்தில் வெளிப்பட்ட கதைப் பாட்டு இத்தனை காலமும் அவரால் கவனமாய் வளர்க்கப்பட்ட அந்த இன்னொரு ஆள்தாம்.

பா. செயப்பிரகாசம்

ஒருநாள் பாடலில் எங்களைச் சுண்டியிழுத்து தனக்குள் மடக்கிக் கொண்ட அந்தப்பாட்டுக்காரக் கலைஞனை நாங்கள் மானசீகமாக வரித்துக் கொண்டுவிட்டோம். அவர் எழுந்தால் பத்து பேரைச் சுழற்றி வீசமுடியும். மாவீரனாகத் தோன்றிய அவரைக் காப்பாற்றுவது எங்கள் கடமை என நினைத்தோம்.

கட்டிக்கொள்ளப் போகிற புருஷன் காட்டாள் என்பது, செங்காவுக்குத் தெரியும். செங்கா முன்னக் கூட்டியே அறிந்ததுதான். பிரியம் இல்லாமல் வாக்கப்பட்டு விட்டாள்.

கரிசல் பெண்பிறப்புகளுக்கு, செவப்பி, செவத்தக்கா, சோலைக்கிளி, செங்கமலம் என்ற பெயர்கள் சுற்றிச் சுற்றி வருவது வழமை. செங்கா என்பதை விரித்தால் செங்கமலம் ஆகும். பெயர் வடிவாக வைத்தால் பிள்ளைக்கும் வடிவு கூடிவிடும் என்று பெத்தவள் நினைத்தால், பிழை ஏது? பிழை வேறொரு ரூபத்தில் ஆடியது. ''கொள்ளாக் குமரு வில்லாச் சரக்கு'' என்ற கதையைச் செங்கா தன்னறியாமலே போட்டுக் கொண்டிருந்தாள். எட்டு வருசம் குமரிருந்தாள். எட்டு வருசம் என்பது ஊர்ப்பக்கத்தில் எட்டுகாத தூரம் போல. எட்டுக்காத தொலைவு எட்டுவைத்து வந்தாகி விட்டது. இனி காத்திருப்பது கஷ்டம். ரொம்பநாள் குமரிருக்கக் கூடாது என்றுதான் அய்யாவும், ஆத்தாளும் சேர்ந்து செய்த யோசிப்பு கல்யாணம்.

இதுவரை பார்க்காதவர்களை, எந்த இடத்தில் பார்க்கக் கூடாதோ, அந்த இடத்தில் கண்டது குருசாமிக்கு ஆச்சரியமாகவே இருந்தது. நாங்களும் ஒங்கவீட்டில பார்க்கக்கூடாததை பாத்திட்டு வந்திருக்கோம் என்று வாயெடுக்கத் தோன்றியது. கண்டதைச் சொல்லி, அவரை பயக்காட்டிவிட வேண்டாம் என்று உள்மடங்கிக் கொண்டோம். சொல்லக்கூடாத ஒரு விசயத்தை சொல்ல சில தகுதிகள் இருந்தன. வயது, உறவுநெருக்கம், வார்த்தைப் பிடிமானம், முகபாவம். ஊருக்கு அடங்காத பிள்ளையாய் படபடவென்று அலைந்த எங்களுக்கு அந்தத் தகுதி இல்லை.

ஆபத்துக்குப் பாவமில்லை. அந்த இடத்திலிருந்து அவரைக் கலைத்து, தப்பிக்க வைப்பதுதான் எங்களுக்குக் கடமை. போலீஸ் வந்துவிடுமோ என்று ஊர் எல்லையில் எங்கள் பார்வை, பயத்துடன் சாய்ந்திருந்தது. ஒத்தையடிப் பாதையானாலும், ஊடுகாட்டுத் தடமானாலும் சைக்கிள் வாசிகள் வருவதற்கு ரொம்பநேரம் எடுக்காது.

ஈத்தெடுத்த குட்டியை இறக்கி தாய்மடி காட்டிவிட்டு, இருகைகளையும் வழித்துக்கொண்டு எழுந்தவருக்கு சஞ்சலம் எதுவும் இல்லை. போலீஸ் எதற்காக வந்திருக்கும் என்று முன்கூட்டியே தெரிந்தவர் போல் ''எப்ப?'' என்று கேட்டார்.

''வெள்ளங்காட்டி. இப்ப இங்க வந்துக்கிட்டிருப்பானுக''

கிடையின் இன்னொரு எல்லையில் காவல் நின்றவனிடம் அவர் போனார். மற்ற ஆளிடம் ஏதோ சொல்வது தெரிந்தது. பிறகு ஊடுகாட்டு வழியே நடந்து, ஓடைக்கரை நாத்துக் காட்டுக்குள் மறைந்து விட்டார்.

கீக்காட்டிலிருந்து திரும்பிய போது, வசமான கத்திக் கல்லாக, காற்சட்டைப் பைக்குள் எடுத்து வைத்துக் கொண்டோம். இன்னொரு வீட்டுக்குள் பொம்பிளை தேடிப்போய் திரும்பிய அந்த இரட்டை மண்டை எங்கே வந்தாலும் பதம் பார்க்க வேண்டுமென்று பத்திரப் படுத்திக் கொண்டோம்.

எங்களுக்கும் ஆச்சரியமாக இருந்த்து. ஒன்றும் அறியாத அப்பிராணிகள் போல் ஊர் வந்தடைந்தபோது போலீஸ்காரர்கள் தென்படவில்லை. புருஷன் வந்தால், காவல் நிலையத்துக்கு வரச்சொல் என்று செங்காவிடம் சொல்லிவிட்டுப் போயிருந்தார்கள். அத்துவானக்காட்டில் போய், அவனிடம் ஏடாகூடமாய் மாட்டிக் கொண்டு, வம்பு எதுக்கு என்று பயத்தில் போலீஸ் திரும்பிவிட்டதுபோல.

அந்தச் சேதியும் தெரியக்கிடைத்தது. வடுவார்பட்டிக்கும் முத்துச்சில்லாபுரத்துக்கும் ஒரே ஒரு நியாயவிலைக் கடை. வடுவார்பட்டி பெரிய ஊர் என்பதால் அங்கே நியாயவிலைக் கடை இருந்தது. வடுவார்ப்பட்டியில் ரேஷன் வாங்கிக் கொண்டு முத்துச்சில்லாபுரம் திரும்பிக் கொண்டிருந்த நடுவயதுப் பொம்பளையை ஊடுகாட்டில் வைத்து மறித்து, கத்தியைக் காட்டி, மிரட்டி ரேஷன் அரிசியைப் பிடுங்கிக் கொண்டு போனவர் குருசாமி என்பது எங்களுக்குச் சோகச் சேதி. கேட்கப் பொகல் இல்லாத, நடுக்காட்டில் பறிகொடுத்த பொம்பிளை அடையாளம் சொன்னவுடன், முத்துச்சில்லாபுரத்துக்காரர்களுக்குத் துப்புத் துலங்கிவிட்டது. வடுவார்பட்டி ஊருக்குள்ளும் வராமல், ஒத்தை நியாயமும் பேசாமல் மொத்தமாய்க் கூடி, காவல்நிலையத்தில் மனுகொடுத்து விட்டிருக்கிறார்கள்.

2

மலங்காட்டிலிருந்து தடிகள் இறங்கியிருந்தன. ஒவ்வொரு தடியும் மார்பளவு உயரம். வாளிப்பான நிமிர்வு. வெள்ளை, பச்சை வண்ணங்கள் தவிர்த்து எல்லா நிறங்களிலும் இருந்தன.

மலங்காட்டிலிருந்து (மலைப்பிரதேசம்) வந்திருந்தவர்களில் ஒரு ஆள் பாதி மலையாளமும், பாதி தமிழுமாகப் பேச, சனங்களுக்கு வேடிக்கையானது. 'நம்ம தேசத்து மொழியாத் தெரியல' என்று விழிவிரிய அவனைப் பார்த்தார்கள்.

எண்ணெய் பூசி எடுத்து வந்தால் தவிர கம்புகளுக்கு இந்த மினுக்கட்டம் வராது என்றார்கள் சிலபேர். தொட்டெடுத்த கையைப் பார்த்தபோது, எண்ணெய்ப் பசை துளியும் தென்படவில்லை. இங்கு பயிர் பச்சைகளுக்குள்ளிருந்து காட்டுவாசனை வருமே, அதுபோல் தடிக்கம்புகளுக்குள்ளிருந்து மலங்காட்டு வாசனை தொடர்ந்து வீசியதை நுகர்ந்தார்கள். ஒவ்வொரு கம்பிலும் சிறுசிறு முண்டுகள் கணுக்கணுவாய் தெரிந்தன.

காய்கறி, கனிகள், தானியவகைகளில் இப்போது வீரிய ரகங்கள் வந்து திணறவைத்து விட்டன. வீரியக்கம்பு, வீரியச் சோளம், வீரியக் கத்தரிக்காய், வெண்டைக்காய், முருங்கை, வெள்ளரி என எல்லாவற்றிலும் வீரியம் நுழைந்துவிட்டது. முகரக்கட்டைதான் அழகே தவிர, குணம் கிடையாது. சவசவ என்று எந்தக் காயும் வாயில் வைக்க முடியாது. தோட்டத்து வெள்ளரிக்காய் சுவையானது. செடிக்கு அடியில் படுத்துக்கிடந்து, நிழலில் இருந்து பளபளப்பேறிய தோட்டத்து வெள்ளரியில் காணப்படுவது போல் சின்னச்சின்ன முண்டுகள், மலங்காட்டுத் தடிகளில் தென்பட்டன. எடுத்துக்கோ, எடுத்துக்கோ என்கிற மாதிரி முண்டுகளும், முண்டுகளின் மினுக்கட்டமும் கூப்பிட்டன.

''என்னைக் கூப்பிடற மாதிரி இருக்கு'' என்கிறார் காவல்கார ராமலிங்கம்.

''ஒமக்குத் தான் சரி. நமக்கு இதெல்லாம் என்னத்தக் காணும்'' என்றார் போத்தப்பன்.

''ஒமக்கு சாட்டைக்கம்புதான் சரி. சாட்டைக்கம்புக்கு கருவ மரத்துக்குத்தான் போகணும். அதுக்கு மலங்காடு எதுக்கு?''

இவர்கள் வார்த்தைகளில் தாயமாடிக் கொண்டிருக்கிற போதே, கம்புகள் சர்சர்ரென்று விலை போய்க் கொண்டிருந்தன. ஒரு தடியைக் கையில் ஏந்தி, மேலும் கீழும் சுற்றி,

''இது தேங்காயை ஒடைக்குமா?'' என்று கேட்டார் ஒருவர்.

''தேங்காய் எதுக்கு? மண்டையை ரெண்டாப் பொளந்து காட்டும்''

மலையாளி பதில் சொன்னபோது கூட்டம் சிரித்தது.

மகசூல் காலம். காடுகளிலிருந்து வெள்ளாமை வீடு வந்து சேர்த்திருக்கிறார்கள். ஏழை, எளியது, இல்லாதது, பொல்லாதது எல்லாக் கையிலும் துட்டுப்பழக்கம் ஜாஸ்தி. காலம் அறிந்து மலங்காட்டு வியாபாரிகள் ஊருக்குள் வந்திருக்கிறார்கள்.

ஊர்க்காவல், கொண்டிக் காவல்காரர்கள் என்றில்லை, வீட்டுக்கு, ஆளுக்கு ஒரு தடி இருந்தால் நல்லது. கையில் தடி ஏந்தி வீதிக்கு வரவேண்டுமென்பது கிடையாது. வீட்டு மூலையில், பெரிய குலுக்கைக்குள், பரணில் என்று கிடந்தாலே அது உயிருள்ள ஜீவனாய் ஒரு அரண் (பயம்) கொடுத்துக்கொண்டே இருக்கும் என்று பட்டது. தடி எங்க நின்றாலும்,

''மனுசனை மனுசன் அறிவான்.
மடநாயைத் தடிக் கம்பறியும்''

என்ற வாசகத்தைத் தோரணையாய் உதிர்த்துக் கொண்டிருக்கும்.

எப்படி நடந்தது என்று தெரியவில்லை. விற்றுத் தீருகிற தருவாயில் கணக்கு எண்ணியபோது, ஒரு கம்பு குறைந்தது. எவரோ செய்கிற பிழை ஒவ்வொருவர் மேலேயும்தான் பாய்கிறது. வியாபாரிகளுக்குத் தெக்கு வீட்டு சுப்பையா மேல் சந்தேகம் ஓடியது. அவர்தான் ரெண்டு மூணு கம்புகளை இடுக்கியபடி ''வீட்டில் காட்டி வருகிறேன், காட்டிட்டு வந்திர்றேன்'' என்று ஓடிக் கொண்டிருந்தார்.

''வா, வந்து இப்பவே பாத்துக்க''

மலையாளியைக் கையைப் பிடித்து வீட்டுக்கு இழுத்தார் சுப்பையா.

தெக்குத்தெரு வீடுகளை முதலில் தேடிவிடுவது என முடிவாயிற்று. ஒரு வீட்டைக் குறிவைத்துப் போனால், அவரைக் கேவலப்படுத்தியதாகி விடும்.

அவர்களைக் கூட்டிக்கொண்டுபோய்க் காட்ட நாங்கள் தயாரானோம். மற்ற பையன்கள் வருவதை நாம் விரும்பவில்லை. வேண்டாமென்று தட்டி விட்டோம்.

தெற்குத் தெரு முழுதும் வலைபோட்டு அரித்தாகி விட்டது; ஒரு வீட்டிலும் காணோம். கடைசியாய் ஆட்டுக்கார, பாட்டுக்கார குருசாமியின் முகணை வீடு.

அந்த வீட்டில் அவர் இல்லை. அவர் போய் இரண்டு வருடம் ஓடிவிட்டது. எங்கிருக்கிறார் குருசாமி, என்ன செய்கிறார் என்று ஒரு தாக்கலும் இல்லை.

"இது பொம்பளையாள் இருக்கிற வீடு பதனமாய்ப் பார்த்துத் தேடணும்" என்றோம்.

அந்த மலையாளி எங்களிடம் சிரிக்கச் சிரிக்கப் பேசி, எங்களை வாசலிலே நிறுத்திவைக்க, இன்னொரு தமிழ் ஆள் உள்ளே போனான். செங்காவிடம் அதிகப்படியான நேரம் விசாரித்தது போல் தெரிந்தது. கேள்வியும், செங்கா பதிலும் வெளியில் தாமசித்த எங்கள் காதுகளில் விழவில்லை.

கடைசியாய், அவர்கள் விடை பெற்றார்கள். அவர்களுடன், அவர்களை நினைத்தபடியே பின் தொடர்ந்தோம். பேருந்துச் சாலை சற்றுத்தொலைவில் உண்டு. நாங்கள் யார், குருசாமிக்கு எப்படி உதவினோம் என்பதைத் தெரிவித்து இடையில் அவர்களை மறித்து நின்றோம்.

"இப்ப சொல்லுங்க, நிஜமா நீங்க யார்?"

குருசாமி மூணாறு பக்கம் மலங்காட்டில் தேயிலைத் தோட்டம் காவல் செய்கிறார். காவலுக்கு ஒரு 'பைக்'கும் கைத்துப்பாக்கியும் அவரிடம் உண்டு. அவரது முகவரி, பயணிக்கும் பஸ், ரயில் எல்லா விபரமும் எழுதிக் கொடுத்து அனுப்பியதை அவர்கள் செங்காவிடம் சேர்த்திருந்தார்கள்.

"முடிவா அக்கா என்ன சொன்னாங்க?" பதட்டத்துடன் கேட்டோம்.

"முடிவுன்னு ஒன்னும் சொல்லலே, ஈரெட்டாத்தான் பதில் வந்தது. பிடி கொடுக்காம நின்னாங்க. அவங்களுக்கு வர இஷ்டமில்லைன்னு தெரியுது"

"அண்ணன்தான் ரொம்ப மனச்சஞ்சலமாவாரு" என்றான் மலையாளி.

பா. செயப்பிரகாசம்

குருசாமி, செங்கா இருவரின் கடந்த கால வாழ்க்கைக்குள் புகுந்தபோது எங்களுக்கு முன், திசை காட்டும் ஒரு மின்னல் வெட்டியது. அதே நேரத்தில் பின்புறமும் ஒரு மின்னல் வெட்டியது. திரும்பிப் பார்க்கையில் தொலைவாய் பெண்டுகப்பயல் அழகரப்பன் தவங்கித் தவங்கி வருவது தெரிந்தது, செங்கா வழியாய் அவனுக்குச் செய்தி சேர்ந்திருக்கும்.

"அவன் மண்டையைப் பிளக்கணும்டா"

நாங்கள் கறுவினோம்.

அவனுடைய இரட்டை மண்டையைப் பதம்பார்க்கவென்று அந்நாளில் காற்சட்டைப் பைக்குள் எடுத்து வைத்த கத்திக்கல், வேட்டிக்கு மாறிய பிறகும் எங்களிடம் அப்படியே இருந்தது.

கிளிகளின் சுதந்திரம்

30 வருடங்களாய் வங்கி அங்கே இருக்கிறது. அந்த வட்டாரத்திலிருந்து வங்கிக்குப் பணம் எடுக்க, போட அமுதா வந்து போய்க் கொண்டிருக்கிறாள்.

வங்கியின் வாசலில் ஏறியபோது கால்களின் நடுக்கத்தை உணர்ந்தாள். உணவை விட அச்ச உணர்வுக்குப் பயணவேகம் அதிகம். வாயால் கொள்ளப்படும் உணவு வயிற்றை அடைவதினும் விரைவாய், நெஞ்சின் பதட்டம் கால்களுக்குப் பயணப்பட்டு விடுகிறது. வங்கிக்குள் புதிதாய் நுழைபவர்கள் போல் துவண்ட கால்களை மேல் நகர்த்தி நடந்தாள்.

வங்கி சேமிப்புக் கணக்கு வைத்திருப்போர் எண்ணிக்கை வீங்கிக்கொண்டே போயிற்று. பரந்த குடியிருப்பு வட்டாரத்தில் சின்னஞ் சிறிய முக்கில் சிறிய கட்டிடத்தில் அமைந்திருப்பது பற்றிக் கவலைகொள்ளாமல், புதிதாய் வருகிறவர்களை அதிகாரிகள் சேர்த்துக் கொண்டேயிருந்தார்கள். ஓய்வூதியம் பெறப் போவது பற்றி, முதலிரண்டு தேதிகளில் நினைத்துப் பார்க்க முடிந்ததில்லை. கைக்கும் மெய்க்கும் போதாமலிருக்கிற, ஓய்வூதியம் வாங்கும் மக்கள் முதலிரண்டு நாட்களில் வங்கி முழுவதையும் அடைத்திருப்பார்கள். பணம் போடுவது, எடுப்பது, அன்றாடம் பற்று வைப்பது, சேமிப்பைப் பதிவு செய்வது என்ற வேலைகள் கீழ்த்தளத்தில் இயங்கியதால்

கூட்டம் எக்கியடித்தது. ஒருவரை ஒருவர் சலிப்போடு பார்த்து நிற்பதும் சிறு சிறு சலம்பலும் வழமையாகிப் போய் வங்கியின் மதிப்பிலிருந்து சந்தைக்கடைத் தரத்துக்கு இறங்கி இருந்தது.

கீழ்த்தளம் ஆபத்தானது. தெரிந்த முகங்கள், பழக்கப்பட்டவர்களைச் சந்திக்க நேர்வது தவிர்க்க முடியாது. உள்ளே நுழைந்தவள் பயவேகம் கொண்டவளாய் மாடிப்படிகளில் தாவினாள்.

அரசுப் பணியாளர் ஓய்வு 58 வயது என்றிருக்கிறது. இன்னும் 5 ஆண்டுகள் அவள் பணியாற்ற முடியும். முகத்தில் 'டார்ச்லைட்' ஒளி அடிக்கப்பட்ட முயல் ஓடாமல் நின்று விடுவது போல், வாழ்வின் நெருக்குதலில் செயலறியாமல் 53 வயதிலேயே ஓய்வு பெற்றுக் கொண்டாள். விருப்பு ஓய்வு என்று பெயர். வம்படியாய் விருப்பமில்லாமல் ஓய்வுபெற எழுதிக் கொடுத்தாள். துவைத்து, நைந்து, சுருட்டிப் போடப்பட்ட வாழ்க்கையை விரித்து வைப்பதற்கு அவளுக்கு விருப்ப ஓய்வு என்னும் வெயில் தேவைப்பட்டது.

ஓய்வூதியதாரர் சொந்தக் கடன் பெறுவதற்கான விண்ணப்பப் படிவத்தை வாங்கியாகிவிட்டது. அவளுடைய ஓய்வூதியத் தொகை, இன்னும் பெறவுள்ள கால அளவு இவைகளைக் கணக்கிட்டு ஒன்றரை லட்ச ரூபாய் கடன் வழங்க முடியும் என எழுத்தர் சொன்னார். படிவத்தில் மருத்துவச் செலவு என்று குறிப்பிட்டாள். இருந்தபோதும், பெறுவதா, வேண்டாமா, நிராகரித்து விடலாமா என்று தடுமாறினாள். குழப்பம் கொதிநீர் ஊற்றுப்போல் அவளுக்குள் கொப்பளித்து எழுந்து கொண்டிருந்தது.

படிவத்தைச் சரிபார்த்த எழுத்தர் அமுதாவை ஏறிட்டார்.

''கணவர் வந்துவிட்டாரா?''

அவர் பார்வை அவளைத் தாண்டி அமர்ந்திருந்த கூட்டத்தில் பதிந்ததற்குக் காரணம் யாராவது அவளது கணவராக இருக்க வேண்டும்.

"வரலை. எத்தனை மணிக்கு வரச் சொல்ல?"

"இப்பவே வரச்செல்லுங்க. வந்து கையெழுத்துப் போட்டிட்டு அவர் போகலாம். அன்னைக்கே சொன்னனே"

வியப்போடு பார்த்தார் எழுத்தர்.

அச்சம் மேலேற நகர்ந்தாள். இன்னும் அவர் வரவில்லை. இத்தனை மணிக்கு கையெழுத்துப் போட வங்கியில் இருக்க வேண்டும் என்று அவரிடம் சொல்லியாயிற்று.

கணவன், மனைவி இருவரில் ஒருவர் அரசு ஊழியராக ஓய்வு பெறுகிற போது, ஒருவர் பொறுப்பாளராகக் (நாமினி) கையெழுத்திட வேண்டும். யாராவது ஒருவர் இறந்துவிட்டாலும் ஓய்வூதியம் வாழ்க்கைத்துணை பெறலாம் என்பது விதி. சொந்தக் கடன் பெறவும், அந்த வாழ்க்கைத் துணை ஒப்புதல் கையெழுத்துத் தரவேண்டு மென்பதும் வங்கி விதியாக உள்ளது. காரணம் ஓய்வூதியம் பெறுவதற்குள்ள என்ன நியாயமோ அதே நியாயம்தான், கடன் பெற்றவர் இறந்து போனால், 'நாமினி'யான மற்றவர் கட்ட வேண்டுமென்ற நியாயம்தான்.

யாரை எதிர்நோக்கினாளோ, அவர் இதுவரை வரக்காணோம். ஒரே ஒரு கையெழுத்து. ஒற்றைக் கையெழுத்தை இட்டுவிட்டு அவர் அகன்று விடலாம்.

வங்கியின் சன்னல் வழியாக சாலையில் பார்வை பதித்தாள். காலையில் பெய்த மழையில் கழுவிவிடப்பட்ட கட்டிடங்களில் சூரியன் தெறித்தது. ஈரம் ஒட்டிய மேல்மாடிகள், கூடங்கள் கூடுதல் மினுமினுப்புக் காட்டின. காலைச் சுறுசுறுப்பிலும், சவாரி கிடைக்காத ஆட்டோக்காரர்கள் 'எஞ்சிவனேன்னு' உட்கார்ந்திருந்தார்கள். புகை கீழிறங்குவது போல், மேற்திசை வெளிர்வானத்தில் கறுத்த கோடுகள் கீழ் நோக்கி அசைந்தன. மேகம், மறுபடி மழைக்கு அடி போடுகிறது. இக்காட்சிகளைத் தாண்டி எதிரிலுள்ள இருவீதிகளைக் கடந்து

பா. செயப்பிரகாசம்

போனால் அமுதாவின் வீடு. அதற்குள் தான் பிடுங்கிப் போட்ட செடிபோல், அவளுடைய 'செல்லம்' வதங்கிக் கிடக்கிறாள். 'ஏன்டா செல்லம் இப்படி ஆனே?' என்று நினைத்து மருகியபோது, விழிமுனையில் நீர்கட்டியது. அவளுடைய செல்லத்தை மீட்டெடுக்கும் மருத்துவச் செலவுக்கு இந்த ஒன்றரை லட்சம்.

அந்த நாளில் போர் உச்சத்தில் நடந்தது. கயல், மலர் இருபேரும் அறையைப் பூட்டி உள்ளே இருந்தார்கள். வீட்டுக்குள் நடக்கிற ஒவ்வொரு சண்டைக்கும் அந்த இரட்டைக் குழந்தைகள் சாட்சிகளானார்கள். பெருங்காற்று, மரத்தின் வைரம் பாய்ந்த அடித்தூரை ஒன்றும் செய்வதில்லை. கிளைகளை வளைத்து, முறுக்கி, ஒடித்துப் போடுகிறது. இருபதுக்கும் மேலான ஆண்டுகளில் மோதி, சண்டையிட்டு இற்று விழாத வைரம் பாய்ந்த மரமாகியிருந்தாள் அமுதா. மதியரசன், அமுதா என்ற அப்பா, அம்மா சண்டைகளால் குழந்தைகள், கந்தல் கந்தலாகக் கிழிபட்டிருந்தார்கள்.

சுவர்வெடிப்பில் விழுந்து முளைத்த செடியாகி இறுகி நின்றாள் மூத்தவள் கயல். சுவரைப் பிளக்க முடியாத செடி கட்டையாய் இறுகிப் போகும் அல்லவா? கயலிடமிருந்து எந்த விசயத்தையும், பாதாளக் கரண்டி போட்டுக்கூட வெளியில் கொண்டு வரமுடியாது. ஒன்று கொடுத்து பத்து அவளிடமிருந்து வாங்க இயலாது. அது போலவே பத்து கொடுத்தும், ஒன்று பெற முடியாது. சொந்தக்காரர்கள் சொல்லிச் சொல்லிக் காட்டுவார்கள்.

''மணிக் கணக்காப் பேசு. உம், உம்ங்கிற கால் வார்த்தை தவிர, அவகிட்ட வேற கெடைச்சிருச்சுன்னா, எம் ஒத்தக்காதை அறுத்துக்கிறேன்'' என்பார்கள். ஒத்தக்காதை அறுத்துக்கொள்ளல் என்பது அவர்களின் வட்டார மொழி.

கயல் என்ற குமரியின் மனக்கதவை எதுவும் அசைத்ததில்லை. அப்பனுக்கும் அம்மாவுக்கும் தீராத சண்டை நடந்து முடிந்த

அடுத்தநாள் காலை, அக்கம் பக்கத்து வீடுகள், எதிர்வரிசை, தெரு எதையும் பொருட்படுத்தாது நடந்து கொண்டிருப்பாள்.

அன்று யுத்தம் உச்சத்தில் நடந்து கொண்டிருந்தது, முடிவற்றுத் தொடர்ந்தது. எல்லா நாட்களும் போல் அன்றைக்கும் கடந்து போய்விடும் என்று மதியரசன் நினைத்திருந்தான். கதவைத் திறந்து கயல் அமைதியாய்ப் பார்த்தாள். மதியரசன் கவனிக்கவில்லை. அமுதா "உள்ளே போ" என்று மகளைச் சத்தம் போட்டாள். அப்போதுதான் கயல் நிற்பது தெரிந்து மதியரசன் திரும்பிப் பார்த்தான். அவனுக்கு எதிரில் நேருக்கு நேர் நின்றாள் கயல்.

"நீ எதுக்கு இங்க வந்த? போ, போ" அதட்டல் போட்டான்.

அவள் போகவில்லை.

"ஒங்கள எங்க அப்பான்னு சொல்லிக் கொள்றதுக்கே வெக்கமாயிருக்கு" என்றாள் பட்டென்று.

சாணிக் கரைசலை அவன் முகத்தில் வீசியது போல் வார்த்தைகள் விழுந்தன. ஒவ்வொன்றாய் யோசித்துக் கோர்க்கப்பட்டவை.

மதியரசன் எதிர்பார்க்காத யுத்தகளம் இது. நேரடியாய் களத்தில் இறங்கி மகள் ஆயுதம் ஏந்தி வருவாள் என கனவிலும் நினைக்கவில்லை. தாக்கிய ஆயுதம் பாஸ்பரஸ் குண்டுகள் போல் எரிந்தது.

"போ உள்ளே, நீ புதுசா சொல்றயா?" மகள் என்று பார்க்காமல் கத்தினான்.

"ஒங்களுக்கு ரெண்டு பெண்டாட்டின்னு சொல்றாங்க"

"யார், யார்?" பதறி, சமாளித்து, திணறினான்.

"ஒங்க அம்மா சொல்லிக் கொடுத்தாளா?"

"யார் சொல்லணும்? அதான் ஒங்களப் பத்தி எல்லாரும் கேவலமாப் பேசுறாங்களே. எங்களுக்கு அவமானமா இருக்கு"

பா. செயப்பிரகாசம்

'ஒங்களுக்கு அவமானமா இல்லியா கொஞ்சமும்' என்பது அதன் பொருள்.

இதுவரை பக்கத்து வீடுகள், எதிர் வரிசை வீடுகள் கேட்டறியாத குரல். அவர்கள் இதுவரை இப்படியொரு குரலைக் கேட்டுப் பழக்கமில்லை. அது கயலின் குரல்தான் என்பதையும் அவர்கள் ஊகிக்க முடியவில்லை. ஓங்கிச் சத்தமாகக் கத்தினாள். வற்றிக் கிடந்த உருவத்தின் சிறிய தொண்டைக்குள்ளிருந்து, பெரிய காட்டுக்கூச்சல் கிளம்புமென எதிர்பார்த்திருக்க முடியாது.

கட்டுப்படுத்த முடியாத ஆத்திரம் கொந்தளிக்க,

''நீ யாருடி என்னைக் கேக்க?'' சீறினான் அப்பா என்ற மதியரசன்.

அக்கினிக் கணைகள் மோதிக்கொள்ளும் அக்கணத்திலும் தெளிவாக கயல் சொல்வாள்

''நீங்க ஆண்திமிர் பிடிச்ச ஆள். யு ஆர் ஏ மேல் சாவனிஸ்ட். (**You are a Male Chauvanist**)'' அமைதியாய், அந்த வார்த்தைகள் வெளிப்பட, அவன் கையை ஓங்கிக் கொண்டு வந்தான்.

''எம் பொண்ணாச்சேன்னு பாக்கறேன்''

கொஞ்சமாய்க் கதவைத் திறந்து இடுக்கில் பார்த்தபடி நின்ற மலர் மேல் மதியரசன் பார்வை நேசமாய்ப் பட்டபோது,

''நா ஒங்க பெண்ணில்லே'' என்றாள் அவளும்.

அது ஒரு பெரிய பிரகடனம். இருமகள்களிடமிருந்தும் வெளிப்படும் சாட்டையடி.

அமைதியின் பூங்காவிலிருந்த இரு மலர்களிலிருந்து, பெரும்புயல் எழுந்து அவனைத் தாக்குவதைக் கண்டான்.

''எல்லாரும் ஒண்ணாச் சேந்துட்டீங்க, பாக்கறேன்'' கத்தியபடியே வெளியேறினான்.

அவனுடைய சட்டைக்காலரைப் பிடித்துத் திருப்புவதுபோல், அமுதா "ஒரு நிமிஷம்" என்றாள். "பிள்ளைகள் கேட்டதற்குப் பதில் இல்லையே" என்றாள் அவனிடம்.

அவன் அதற்குப்பின் திரும்பி வரவில்லை. அப்பா, கணவன் போன்ற சொற்களிலிருந்தும் துண்டித்துக் கொண்டு வெளி யேறியிருந்தான். துண்டிப்பு - இன்று, நேற்றல்ல, இருபது வருடங்களுக்கு மேலாய் அமுதா கண்டு, அனுபவித்து வந்தது.

உடை, துணி மணி, வங்கிப் புத்தகம் என்று தன் உடமைகளைச் சுருட்டிக்கொண்டு வெளியே போய் மூன்றுமாதம் ஆகிறது. அவனுடைய இருப்பு பற்றி ஒரு தகவலும் இல்லை. கணவனுடைய வங்கிக் கணக்கும் அந்த வங்கியிலே இருப்பதால், அவன் எப்போதும் வரலாம் என பயந்தாள்.

யுத்தம் முடிந்து போனது. அவனுடைய வெளியேற்றத்துடன் முடிந்துபோன யுத்தத்தின் பின்விளைவு, கொடும் நிழலாகத் தொடர்ந்தது. அமுதா நள்ளிரவில் திடுக்கிட்டு விழித்தாள். எழுப்பியது குரலா, கையின் தீண்டுதலா எனத் தெரியவில்லை. மலர் எதிரில் நின்றாள்.

"அம்மா, கயலைக் காணோம்"
அலறியடித்து "என்னம்மா" என்றாள்.

"அய்யோடி பெண்ணே" கத்தினாள். அழுதபடி வீடு முழுதும் தேடியபோது, கதவு திறக்கப்பட்டு, வெறுமனே சாத்தியிருந்தது. நள்ளிரவில் இரண்டு பெண்கள் இன்னொரு பெண்ணை எங்கேயென்று தேடி அலைவார்கள். தெரிந்தவர்கள், உறவுகளை நள்ளிரவிலும் தொலைபேசியில் எழுப்பிக் கேட்டார்கள். தொடர்புள்ள இடங்களுக்கெல்லாம், பயந்து பயந்து தெரிவித்தார்கள். மறுமுனையிலிருந்து பதில்கள் "அப்படியா, காணலையா?" என்ற அதிர்ச்சியோடு முடிந்தன. கடைசியாய் மலர் தொலைபேசியில் அப்பனுக்குத் தெரிவித்தாள்.

மறுமுனையிலிருந்து வெறுப்பின் குரல் முகத்தில் உள்ளிருக்கிற வெறுப்பையெல்லாம் திரட்டி, ''கர்'' ரென்று காறித்துப்புவது போல் கேட்டது. ''சாகட்டும்'' நடுச்சாமம் என்றாலும் வெறுப்பின் குரல் தெளிவாய் வந்தது. தொலைபேசி துண்டிப்பானது. அந்தக் குரலுக்கு நடுச்சாமம் அக்னி சிந்தும் பகல், குளிர்மை சுமந்து செல்லமாய் அடியெடுத்து வரும் அந்தி என்று யாதொரு வித்தியாசமும் கிடையாது.

அவர்களின் நெஞ்சத்துடிப்பை அவர்களே கேட்டபடி இரவைக் கழித்திருந்தார்கள். அமுதாவுக்கு முன் இரண்டு முடிவுகளிருந்தன. தனக்கும் கயலுக்கும் தெரிந்த இடங்களுக்கு காலையில் நேரில் போய் விசாரிக்கப்பது போவது; போகிறபோதே எங்கேயும் தட்டுப்படுகிறாளா என்று பார்க்க வேண்டும். அவளைக் கண்டுபிடிக்க முடியாமல், தோல்வியைச் சந்திக்கும் இறுதிப் புள்ளியில் புகார் கொடுக்க காவல் நிலையம் செல்வதென நினைத்தாள்.

எதிர்த்த மாடியில் குடியிருந்த அருணா ''கயல் அம்மா, கயல் அம்மா'' என்று அழைக்கிற சத்தம் வந்தது. கண்களைத் துடைத்துக் கொண்டு, பால்கனியில் நின்று ஏறிட்டபோது,

''மொட்டை மாடியில் யாரோ சுருண்டு படுத்திருக்காங்க மாதிரி தெரியுது'' காலை வெளிச்சம் கயல் கிடந்த இடத்தைக் காட்டிக் கொடுத்தது.

ஆச்சரியமாய் விசாரித்தாள் அருணா.

பதறியடித்து, மேலே ஏறிப்பார்க்கையில் மழையில் நனைந்து துணிப்பொதி போல் கிடந்த கயலை வாரி எடுத்து மடியில் கிடத்தி ''மகளே, மகளே'' என்றாள். உடல் அசைவும் வெதுவெதுப்பும் பெண் உயிரோடிருப்பதைச் சுட்டின.

''ஏன்டா இப்படிப் பண்ணுனே?''

மகளின் முகத்தோடு முகம் மோதிக் கதறினாள். அப்படியே தூக்கிச் சாய்த்து அமுதாவும் மலரும் உள்ளே கொண்டுபோன போது, 'ஏதோ விபரீதம்' என்று எதிர்வீடும் பக்கத்து வீடும் உள்ளே வந்தன.

2

"இந்த வயசிலும் வருமா, டாக்டர்?"

மருத்துவரைப் பரிதாபமாய் ஏறிட்டு நோக்கினாள் அமுதா.

"இக்கால நோய்கள் வயசு பார்த்து வருவதில்லை"

பதில் தந்தார் மருத்துவர்.

மருத்துவர் பரிசோதித்துக் கண்டறிந்ததைச் சொன்னார் - பர்கிஷன் நோய். செயலற்ற தன்மை என்னும் நோய். மன உளைச்சல் மிகுதியில் மூளை நரம்பு நைந்து உடலை இயக்கமற்றதாய் ஆக்கும் செயலற்ற தன்மை. உடல் உறுப்புகள் கோணிக் கொண்டன. தொழுநோய் தாக்கிய பாதிப்பு போல் கை, கால்விரல்கள் மடங்கிக் கொள்ள, முகம் ஒரு பக்கம் இழுத்து, முகவாதம் வந்துவிட்டிருந்தது. கழுத்து ஒரு பக்கமாய் கோணித் திரும்பியது. கழுத்தை இந்தப் பக்கமிருந்து அந்தப்பக்கம், அந்தப் பக்கமிருந்து இந்தப் பக்கம் அசைக்க முடியாது. உடல் மொத்தத்தையும் திருப்பித்தான் பார்க்க வேண்டி வந்தது. எப்போதும் முகம், கழுத்து, பார்வை எல்லாமும் இடது பக்கமாகவே இருப்பது போல் தோன்றியது. தன்னையறியாமலே வாயிலிருந்து வெண்ணெய் போல் ஒழுகியது.

நோயை அதிகப்படுத்தும் எதுவும் அவள் கவனத்துக்குப் போகாமல் தவிர்க்க வேண்டும். மன அழுத்தம் கூடக் கூட, நோய் குறையாமல் வீரியமாகிக் கொண்டே போகும். உண்டாகும் பின்விளைவுகள் மோசமானவை. மனத்தெளிவு பெற்று, சமன்பெற நாள் எடுக்கும் எனக் கூறியவர், பெண்ணின் இயல்பான நடமாட்டத்தைக் காணக் காத்திருக்க வேண்டியிருக்கும் என்றார். மருத்துவர் சொல்லச் சொல்ல, கேட்டுக்கேட்டு, தானும் ஒரு நோயாளியாகிக் கொண்டிருக்கிறோமோ என்று தோன்றியது. நரம்பியல் நிபுணர் சொல்வதைக் கேட்டு, வார்த்தைக்கு வார்த்தை பிசகாமல் 'நட பெண்ணே' என தனக்குத்தானே கட்டளையிட்டுக் கொண்டாள்.

வேதனை மயக்கத்திலிருந்தவளை எங்கோ தொலைவிலிருந்து ஒரு குரல் எழுப்பியது. துயரம் இறுக்கி விழிகளைத் திறந்தபோது எதிரில் மகேந்திரன் நின்றார்.

எழுத்தரிடம் போய் நின்றாள்.

"வந்துட்டாரா?"

எழுத்தர் ஏறிட்டு நோக்கினார். அருகில் நின்றவரைக் காட்டினாள். படிவத்தில் அவளிடம் இரண்டு கையெழுத்துக்களும், அவரிடம் ஒரு கையெழுத்தும் போடச் சொன்னார் எழுத்தர்.

"எப்போது வந்து பாக்க?" எழுத்தரைக் கேட்டாள்.

"நீங்க போகலாம். நாளைக்காலையில வந்து பணம் எடுத்துக் கொள்ளலாம். நிர்வாக மேலாளர் ஒப்புதலுக்கு அனுப்புவேன்" என்று கீழ்த்தளத்தைக் காட்டினார்.

"அவர் கையெழுத்தானதும் உங்கள் கணக்கில் டெபாசிட் ஆகிவிடும்"

எழுத்தரிடம் சொல்லிக் கொண்டு வெளியில் வந்தாள்.

வெளியில் வந்து சுதந்திரமான காற்றை சுவாசித்த அந்த வினாடியில் படபடப்பு நீங்கியவளாய்,

"அப்பாடா, இப்போதுதான் உயிர்வந்தது" என்று லேசாய் சிரித்தாள். புரிந்துகொண்ட புன்னகை அவர் முகத்தில் வெளிப்பட்டது.

"எங்க நீங்க வராமப் போயிருவீங்களோன்னு பயந்துக்கிட்டே இருந்தேன்" என்றாள்.

"நானும் பயந்தமாதிரி, ரெண்டு மோசமான காரியங்கள் நடக்கலை" என்றார் மகேந்திரன் சிறு சிரிப்பாய்.

"ஒன்று - நீங்க தானா மதியரசன் என்று என்னைப் பார்த்து எழுத்தர் கேட்காமலிருந்தது; இரண்டாவது - அவரோட பிறந்த தேதி எனக்குத்

தெரியாது. படிவத்தில் குறிப்பிட்டிருக்கிறீர்கள். பிறந்த தேதி என்ன என்று எழுத்தர் கேட்டிருந்தால் கூட நா மாட்டியிருப்பேன்'' என்றார் மகேந்திரன்.

''இந்தப் பணத்தை எடுத்துத்தான் என் பெண்ணைக் காப்பாத்தணும்''

விரக்தி அவளிடம் கவிந்தது.

''கலைப்படாம போங்க. இன்னைக்கு மருத்துவத் தொழில்நுட்பம் ஏகமா வளர்ந்திருக்கு. வளரும் மருத்துவத்தில குணப்படுத்த முடியாத ஒரு நோயுமில்ல. என் வீட்டில் உங்க பெண்ணுக்கு நடந்ததையெல்லாம் சொன்னபோது, அவங்க கண்கலங்கியது. தயங்காதீங்க, பொய்க் கையெழுத்துப் போடுங்க என்று அனுப்பினாள்''

''பொய்க் கையெழுத்தா?''

''ஆமாம்'' பின்னர், மூச்சை உள் இழுத்து,

''அவங்கள கலந்து ஆலோசிக்காம நா எதையும் செய்ததில்லை'' என்றார்.

அவரிடமிருந்து வெளிப்பட்ட இந்தச் சொல் அவளை இன்னும் ஆச்சரியத்தில் போய் நிற்க வைத்தது. கடந்தபோன வாழ்வின் முப்பது ஆண்டுகளுக்குள் தேடிப் போனாள். அத்து மீறல்கள் மட்டுமே நிறைந்த அவள் குடும்பவாழ்வில் இயல்பான, அப்படியான தடயம் எதுவும் தென்படவில்லை.

நிர்மலாவின் நாட்கள்

வீடுகளுக்கு வெளியில் காலைத் தெரு நின்றது. பெண்கள் முற்றங்களில் கூடியிருந்தார்கள். வீட்டுக்குள் அக்கினிக் குண்டு வெடித்தது போல் பெண்டுகளும் ஆண்களும் வீதிக்கு வந்திருந்தார்கள். அவ்வையார் தெரு அலங்கமலங்க நின்றகாட்சி முதல் தடவையல்ல. அரையிருள் கொண்ட விடியலின்போது இதன் முன்னர் இருதடவைகள் நடந்திருக்கின்றன. ஒவ்வொரு நிலநடுக்கமும் சொல்லிக் கொண்டு வருவதில்லை. நில அதிர்வு நடந்து வீடுகள் குலுங்கி முறுக்கிக் கொண்டன. சலாரென்று சத்தத்துடன் பாத்திரங்கள் உருண்டன. நட்டுக்க நிறுத்தி வைக்கப்பட்ட பீரோக்கள் குப்புறக் கவிழ்ந்தன. உள்ளிருந்தவர்கள் பதறி, அலறி வெளியில் ஓடி வந்திருக்கிறார்கள்.

நெறுநெறுவென முறுக்கி மூச்சுவிட்ட வீடுகள், மறு நிமிடம் 'சட்' டென்று நிமிர்ந்து நேராகின. யாருக்கும் வீட்டினுள் திரும்பத் தோன்றவில்லை. மறுபடி எப்போது வேண்டுமென்றாலும் வரும் என்ற அச்சத்தில் நடுங்கி கூட்டமாய் நின்றார்கள். ஒரு பூகம்பம் என்னென்ன ரூபத்தில் வருமோ, அந்த ரூபங்களிலெல்லாம் ஆடாமல் போனது அவர்களுக்குக் கொஞ்சம் அயற்சி போக்கியிருக்க வேண்டும்.

இன்று நில அதிர்வு கன்னியம்மா ரூபத்தில் வந்தது. ஒவ்வொரு வீட்டுக் கதவையும் தட்டும் என எவரும் எதிர்பார்க்கவில்லை. கன்னியம்மாவின் 16- வயது மகள் சிந்தாமணி ஒவ்வொரு வீடாகத் தட்டி சேதி சொன்னாள். கன்னியம்மா இனி வேலைக்கு வரமாட்டாள்.

"எங்க அப்பா எங்கள. விட்டுட்டு ஓடிப்போயிட்டாரு" சொன்ன பதினாறைப் பிடித்து உலுக்கினார்கள்.

"ஏய், குட்டி என்ன சொல்ற?"

"எங்க அப்பா காணாமப் போயிட்டாரு. அம்மா ஊருக்குத் தேடிப் போயிருக்கு" திரும்பத் திரும்ப இந்த வார்த்தைகள் அவளிடமிருந்து வந்தன. அவர்களிடம் முட்டிமோதி மேலே போகத் தெரியாமல் நின்றன. உண்மையில் நடந்தது அவளுக்கே எதுவும் தெரிந்திருக்கவில்லை. பெண்டுகளின் கற்பனையினால் கூட அந்த கனமான பாறையை உருட்டிவிட்டுத் திறந்த வெளியைக் காண முடியவில்லை. முதல் நாளிரவு நடந்திருக்க வேண்டும். காணாமல் போன புருசனைத் தேடி கன்னியம்மா வெள்ளனவே எழுந்து ஊருக்கு ஓடியிருக்கிறாள். எத்தனை நாள் வேலைக்கு வரமாட்டாள்? அதுவும் தெரியவில்லை. எதுவுமே தெரியாது என்று சேதி சொல்வதற்கா மகள் இங்கு வந்தாள்?

சேதி சொல்லிவிட்டு விரைவாக வீதியை விட்டுப் போய்விட எத்தனித்தாள். அவளுடைய பிரியக்காரன் அந்தத் தெரு விலிருந்துதான் பள்ளிக்கூடம் வருகிறான். வருகிறான் என்று தெரியுமே தவிர, எந்த வீடு என்று அவள் அறியாள். அவன் கண்ணில் தென்படாமல் வீட்டுக்குத் திரும்பிவிட வேண்டும். ஆனால் முடியாது போனது. தெருக்காரப் பெண்டுகள் மென்னியைப் பிடித்துத் திருகுவது போல், அவளை உலுக்கிக் கொண்டிருந்தார்கள்.

யாரிடமும் சொல்லாமல் செய்யாமல்தான் அப்பன்காரன் வீட்டை விட்டுப் போய்விட்டானாம். கடிதம் எழுதிவைத்து விட்டுப் போக அவன் படிப்பாளியில்லை.

பா. செயப்பிரகாசம்

நில அதிர்வில் பூமி நடுங்கிய வேளை பெண்களோடு ஆண்கள் வீதிக்கு ஓடிவந்திருந்தார்கள். இப்போது பேச்சுத் துணையாய்க் கூட ஒரு ஆண் தென்படவில்லை. யாருக்கு வந்த விருந்தோ என்று வீட்டுக்குள் குளிருக்கு சொகுசு கண்டு கொண்டிருந்தார்கள். ஆண் வாடையற்ற தெரு. தங்களுக்கும் இந்தப் பிரச்சினைக்கும் சம்பந்தமில்லை என்பதுபோல் சிலர் காலை நடை போனார்கள். ஏதோ சொல்லிவிட்டுப் பெருவழி போகிறவன் கணக்கில் தோன்றியது அவர்களின் காலைநடை.

பள்ளிக்குப் பிள்ளைகளையும் அலுவலகத்திற்குக் கணவரையும் குறிப்பிட்ட நேரத்தில் அனுப்ப முடியாது போயிற்று. 'வேலைக்காரி வரலை. இனியொரு நல்ல ஆளு அமையும் வரை நாங்கதான் வீட்டு வேலை செய்ய வேண்டியிருக்கு' என்று அவரவர் அலுவலகத்திற்கு விடுப்பு போட்டார்கள் இல்லத்தரசிகள்.

தெருவிலுள்ள வீடுகளில் முக்கால்வாசி வீடுகள் கன்னியம்மா கைவசம் இருந்தன. காலை ஆறு மணிக்கு வீதிக்குள் நுழைகிற அந்த ஜென்மம் மதிய நேரம் வீட்டுக்குப் போய் தலை காட்டிவிட்டு, மூன்று மணிக்குத் திரும்பவும் ஆஜராகி விடும். கன்னியம்மா தெரு முற்றங்களை ஒரு போதும் காத்திருக்க வைப்பவளில்லை. அடுத்தடுத்து இரண்டு பெண் ஜீவன்களைப் பெற்றுத் தவழவிட்டு பத்து ஆண்டுகளாய் தவறாது வருகையளித்து நிற்பாள். தெருவிலுள்ள ஜீவன்கள் முகம் சுருங்க அவளுக்குச் சம்மதமில்லை. பத்தே நாட்களான பச்சை மண்ணை, வீட்டில் போட்டுவிட்டு, வீட்டு வேலைக்குத் திரும்பியிருந்த நாளில் ஒரு அம்மா கேட்டாள்,

''யாரு பிள்ளையைப் பாத்துக்கிருவா?''

''அவரு தான்''

''புருஷனா? வேலை ஒன்னும் இல்லையா?''

''இல்லை, பாக்கலை''

''நீ எங்களுக்கு வேலை செய்ற; புருஷன் ஒனக்கு வேலை செய்றானா?''

இல்லறத்தில் புருசன் பெஞ்சாதியாய் பரஸ்பரம் ஒருவருக் கொருவர் உதவிக் கொள்ளாமல் போனால், குடும்பச் சகடம் சீராய் ஓடுவதில்லை. அவளுடைய இரண்டு பெண்பிள்ளைகளும் வளர்ந்து பள்ளிக்குப் போயிருக்கவில்லை. அவளுக்குத் துணை செய்பவனாய் பிள்ளகளையும் பார்த்துக் கொள்கிறான். கட்டினவன் ஒத்தாசை இருப்பதால்தான், கன்னியம்மா வேலைக்காரி ஒழுங்கைக் காப்பாற்ற முடிகிறது. இந்த அம்மாக்களுக்கும் அது தெரியும். அதனாலேயே அவர்களும் வீட்டிலும் வெளியேயும் சட்டகமாய் வேலைசெய்து வாழ முடிகிறது. அதில்லையென்றால் இவர்கள் வாழ்வும் அவ்வையார் தெருவும் வீச்சமெடுத்துப் போயிருக்கும் என்ற பதிலை கன்னியம்மா தனக்குள் போட்டு மூடிக் கொண்டாள்.

இப்போது அவள் செய்த வேலை அவர்களை அத்தாந்தரப் பிழைப்பில் கொண்டுபோய்த் தள்ளி விட்டது. நாள் ஒவ்வொன்றும், கசப்பினும் கசப்பான அனுபவத்தை எழுதிப் போயிற்று. வீட்டு வேலையையும் கவனிக்க முடியாமல், அலுவலகப் பணியையும் செய்ய முடியாமல் இரண்டுக்கும் கெடந்து மெனக்கிட்டார்கள்.

2

இளங்கோநகர் அரசு உயர்நிலைப் பள்ளித் தலைமையாசிரியருக்கு இப்படியொரு விபரீத ஆசை உதித்திருக்க வேண்டாம். பத்து, பதினொன்று, பன்னிரெண்டாம் வகுப்பு ஆசிரியர்கள் ஆசை என்றுதான் அதைக் கருதினார்கள். யோசனை எனக்கூட நினைக்கவில்லை.

ஒத்தை அறைகொண்ட வீட்டில் ஒரு தொலைக்காட்சி இருக்கிறது. அது வீட்டிலுள்ள ஒவ்வொருவருக்காகவும் நாள் முழுதும் ஓடிக்கொண்டிருக்கிறது. எப்படியும் யாரேனும் ஒருவர் அதன் காட்சிப் பயணத்தில் இணைந்திருப்பார்கள். பள்ளிக்கும் படிப்புக்கும்

கிடைக்கிற விடுமுறை கொடுப்பினை தொலைக்காட்சிப் பெட்டிக்குக் கிடையாது. படிக்கிற பிள்ளைகள் அந்த விடுமுறை நாட்களில் ஒத்தை அறையில் மண்டி போட்டுக் கொண்டு பார்த்திருப்பார்கள்.

ஒரு தொலைக்காட்சி செய்யும் வேலை, கட்டில், பீரோ போன்றன செய்கிற பயன்படு வேலையல்ல. ஒரு வெட்டரிவாளின் வேலை அது. அக்கு தொக்கில்லாமல், வம்பு தும்பில்லாமல் இருசீர் பருவத்திலிருக்கிற பிள்ளைகளைத் தன் கைக்குள் வைத்துக் கொள்ளும். எட்டு முதல் பன்னிரண்டு வகுப்பு வரையான பிள்ளைகள் இருக்கிறதுதான் இருசீரான பருவம் என்பார் தலைமை ஆசிரியர் திருஞானம். ஒரு கட்டில், ஒரு பீரோ இருந்தால் பிள்ளைகள் வாசிக்க நாற்காலி, மேசை போட முடியாது. இந்தப் பிள்ளைகள் வாழும் ஒத்தை அறை கொண்ட வீடுகளைக் (Single Beded Room House) கணக்கெடுக்குமாறு ஆசிரியர்களைக் கேட்டுக் கொண்டது விவகாரமாயிற்று. பணித்தல் என்றோ, கட்டளையிடுதல் என்றோ அதைக் கொள்ள இயலாது. ஏனெனில் கட்டளை, அல்லது ஆணை போடுகிற அத்தகைய ஆள் அல்ல என்று அவரை அறிந்தவர்கள் சொல்வார்கள்.

சண்டை, சச்சரவு, சல்லாபம், தாம்பத்யம் அனைத்தும் ஒத்தை அறையில் நிறைவேறுகின்றன. தனிமை, அமைதி என்கிற ஆதாரத் தூண்கள் இல்லை. அவை இருக்கச் செய்யத்தான் கல்வி காம்பிலேயே வெம்பிப் போகாமல் காக்கப் படுகிறது. அவர் சராசரிக்கும் கீழான குடும்பங்களின் கல்விமேம்பாடு பற்றிச் சிந்தித்தார்.

'மாணவர்களை உருவாக்கு படிப்புச் சொல்லிவை. கற்றுச் சொல்லிப் பணியில் கசரத் எடு' - கட்டளையிட்டால் செய்யத் தயாராயிருந்தார்கள் ஆசிரியர்கள். பள்ளிக்கூடத்துக்குள் அது அவர்கள் வேலை. ஆனால் வீதிகளுக்கு ஆசிரியர்களை அனுப்பிட உத்தேசித்தது தலைமை ஆசிரியருக்கும் அவர்களுக்குமிடையில் சடவு உண்டாக ஏதுவாயிற்று.

இன்னொரு யோசனையும் அவர்களுக்குண்டு. மாலை ஆறுமணியிலிருந்து இரவு எட்டுமணி வரை மேல் வகுப்புகளுக்கு தனிப் பயிற்சி நடக்கும் எனத் தெரிவித்தால், மாணவர்கள் தானாக வரப்போகிறார்கள். ஒத்தை அறை கொண்ட வீடுகளைக் கணக்கெடுத்து பிள்ளைகளை அனுப்புமாறு பெற்றோர்களைக் கேட்டுக்கொள்ள என்ன இருக்கிறது?

தலைமைப் பொறுப்பிலுள்ளவர் சகலத்தையும் கையாளத் தெரிந்தவராக இருக்கவேண்டும். திருஞானம் இருந்தார். கொந்தளிக்கும் நபர்களிடம் மெய்க்க மெய்க்கப் பேசுவது, வண்டி லம்பிக் குடை சாய்ந்து விடாமல் தாங்குவது என்ற அம்சமான அருமந்தக் காரியத்தைச் செய்தார். அவர்களின் ஒத்தாசை இல்லாமல் மாலைநேரச் சிறப்புப் பயிற்சி வகுப்பு நடத்த இயலாது.

அவர்களிடம் பேசி முடித்து சமாதானம் ஆன பின், யாருக்கு வந்த விருந்தோ என்று பள்ளியில் தங்கவில்லை. தலைமையாசிரியரைத் தங்கள் வீட்டுமுன் கண்டதும். நம்ப முடியாதவர்களாய் பெற்றோர் இருவிழி விரித்துப் பார்த்தார்கள். பகலில் பள்ளிக்கூடம் வருவது பாதுகாப்பாக இருப்பதுபோல் அதே பாதுகாப்பு வசிப்பிடங்களுக்குச் செல்லும் மாணவியருக்கும் அமையும் என்று அவரே வீடு வீடாய்ப் போய்த் தெரிவித்தார்.

மன்னன் எவ்வழி மக்கள் அவ்வழி. தலைமையாசிரியர் திருஞானம் ஒவ்வொரு வாசலாய்ப் போய் நிற்க ஆரம்பித்தபோது, நல்லெண்ணத்துக்கு ஒத்தாசையாய் இருக்க வேண்டுமென்ற உந்துதல் வந்தது ஆசிரியர் குழுவுக்கு. முந்தியடித்து நின்றார்கள்.

"நீங்க போங்க ஸார், நாங்க முடிச்சிர்றோம்" திருஞானத்தை வலுக்கட்டாயமாய்த் திருப்பியனுப்பினார்கள்.

பெருநகர வளர்ச்சிக் குழுமத்தின்கீழ், புதிய நகர விரிவாக்கத் திட்டத்தில் உருவானது இளங்கோநகர் குடியிருப்பு. வர்க்கம் என்ற

ஒன்று அருகருகில் வாழுகிறது என்பதின் நிதர்சனமாக அது தென்பட்டது. அந்த உண்மையை அரசும் ஒப்புக்கொண்டது போல் உயர் வருமானம், நடுத்தர வருமானம், குறைந்த வருமானம் என தரவாரியாய்ப் பிரித்து குடியிருப்பு மனைகள் ஒதுக்கப்பட்டன. இருபத்தைந்து அடி, பதினாறு அடி, பத்தடி அகலம் என வருமானத்துக்கு தகுந்த மாதிரி வீதிகள் அமைத்து மனைகள் உருவாக்கினார்கள். மனைகள் குலுக்கலில் ஒதுக்கீடு செய்யப்பட்டன. வர்க்கங்களின் இடைவெளியைச் சித்தரித்த இளங்கோ நகர்க் குடியிருப்பில் கால் செண்ட் இடத்தில் எழுந்தவை ஒற்றை அறை கொண்ட வீடுகள்.

நாள் முழுதும் படிப்பு சொல்லிக் களைத்த ஆசிரியர்களைக் கொண்டு பயிற்சி வகுப்பு எடுக்க இயலாது; கூடாது. கற்பித்தல் வல்லமை, பாடத்தில் தனித்திறன் கொண்டிருந்த ஓய்வுபெற்ற ஆசிரியர்களை ஒப்பந்த அடிப்படையில் நியமித்து, பெற்றோர் - ஆசிரியர் சங்க நிதியிலிருந்து ஊதியம் வழங்க துறையில் அனுமதி பெற்றார்.

மாலைப் பயிற்சி வகுப்பு தொடங்கியதில் குற்றமில்லை. பையன்களும் மாணவிகளும் ஒன்றாய் வகுப்பறைக்குள் வளைக்கப் பட்டதும் ஆச்சரியமில்லை. அது தன்போக்கில் இயல்பாக நடந்தது. அதனூடே மாணவ மாணவிகள் சந்தித்து அளவளாவுகிற மாலையாக ஆகிப் போனதும் தன்போக்கில் நடந்தது. ஏற்கனவே முன்னர் பகல்நேரத்தில் லேசு பாசாய் இருந்த சந்திப்பு, தனிப் பயிற்சி வகுப்பால் வலுவாகிக் கொண்டது. பகல் போல் கொத்துக் கொத்தாக பிள்ளைகள் இல்லாத சூழ்நிலை. மாலையும்,முன்னிரவு நேரமும் மாணவக் கூட்டத்துக்கு வசதியாய் அமைந்தது. பள்ளிக்கூட வளாகம் நிதானமாய் சந்தித்து உரையாடும் வெளியாக மாறியது.

சில ஆசிரியர்கள் தலைமையாசிரியரிடம் ''இதுக்குத் தான் அப்பவே சொன்னோம்'' என்பது போல் நின்றார்கள். ஒன்றிரண்டு பேர்

அப்படியிருக்கலாம்; இருக்கட்டும். அதனால் படிப்பு குறைபடவில்லை. படிப்புக் குந்தகம் ஏற்பட்டதாய் பகலில் பாடம் எடுக்கிற நீங்கள் கூடச் சொல்லவில்லையே என்பது அவரது திருப்புதலாக வந்தது.

3

இயல்பான மனித உயிர்ப்பை கிரகித்துக் கொள்ளக் கூடாதவர்களால் எதிர்ப்புத் திரி கொளுத்திப் போட முடியும். அது பற்றியெல்லாம் கவலைப் படுவதில்லை இளமை. தன்னியல்பாய் நடக்க ஆரம்பித்தது மனசுக் கலப்பு.

''ஒங் கண்கள் ஏன் இவ்வளவு பெரிசா இருக்கு?''

''நீ தான் சொல்லு''

''என்னை விழுங்கிருமோன்னு நெனைக்கேன்''

அந்த மாணவி பதில் சொல்லவில்லை. அவனையே பார்த்துக் கொண்டு நின்றாள்.

சிந்தாமணிக்கு அகல அகலமான கண்கள். அகலமும் நீளமும் கொண்ட விழிகள் அந்த முகத்துக்குள்ளிருந்து தப்பித்துக் கொள்ளப் பார்க்கின்றன. பெண்கள் எல்லோருக்கும் முகத்துக்குள்ளே இருக்கும் விழிகள், சிந்தாமணிக்கு முகத்துக்கு வெளியே ஏன் நிற்கின்றன என்று வினோத் அதிசயித்துப் போனான். அவ்வளவு பெரிய விழிகளைத் தன் சின்ன கைப்பிடி இதயத்துக்குள் அடக்க திணறிப் போனவன். அவசர அவசரமாய் தன் விழிப் பாத்திரத்தில் ஏந்தி மூடி வைத்துக் கொண்டான்.

அவர்கள் பேசிக் கொண்டிருக்கையில், படிப்பு தவிர வேறு எதையும் ஏறெடுத்துப் பார்க்காத பாத்திமா விலகிப் போனாள். எல்லோரும் அப்படியா இருக்கிறாங்க என்று தலைமை ஆசிரியர் கேள்வி எழுப்பியது சரியாக இருந்தது. ஆனால் அவர்களைத் தாண்டி எட்டு வைக்கிறபோது சொன்னாள், ''எதுக்கு இருட்டில நிக்கறீங்க? வெளிச்சத்தில நின்னுதாம் பேசுங்களேன்'' என்று புன்னகைத்தாள்.

இளங்கோ நகர்க் குடியிருப்பு அவ்வையார்தெரு 'ஏ' டைப் வீடுகளுள்ள செழுப்பமான தெரு. வீடுகள் என்றால் சாப்பாட்டுக்கே 'சிங்கி' அடிக்கிறவர்களின் வீடுகளல்ல. கொழுத்த பெரிய பெரிய பங்களாக்கள். நடப்பு நகராட்சி உறுப்பினர் அங்கு இருந்தார். முன்னாள் நாடாளுமன்ற உறுப்பினர் இருந்தார். மாவட்ட போக்குவரத்து அலுவலர் வசித்தார். மாவட்ட வருவாய் அலுவலரின் வீடு அங்கு தான் இருந்தது. அவர் சம்பாதித்து சம்பாதித்து களைத்துப் போய் விட்டார். அதனால் அவர் சீக்கிரம் போய்ச் சேர்ந்து விட்டார் என்றார்கள். தெரு முழுவதும் ஆங்கிலப் பள்ளிகளுக்குப் போகிறார்கள். பள்ளிப் பேருந்துகள் படையெடுத்து வருகின்றன. போக்குவரத்து வட்டார அலுவலரின் மகனை லாவிப் பிடித்துக் கொள்ள பல பணக்காரப் பள்ளிகள் இருகரம் ஏந்திக் காத்திருந்த வேளையில், வினோத் மட்டும் அருகமைப் பள்ளியான அரசுப் பள்ளிக்கு வந்திருந்தான். சிந்தாமணிக்கு அரசுப் பள்ளிக்கு வந்த இந்த வினோத் ஒருவியப்பின் உச்சம். 30 அடி அகல அவ்வையார் தெரு என்ற வளமான வயலில் இந்தத் தப்புப்பயிர் எப்படி வந்தது என்று ஆச்சரியப்பட்டாள்.

"இந்தத் திசைக்கே வரமாட்டீங்களே?"

"நா இங்க வந்திருக்கக் கூடாதுன்னுதானே, எல்லாரும் நெனைக்கிறாங்க"

"நீங்க இந்தப்பக்கம் தலைவச்சிப் படுக்க மாட்டீங்கள்ல, அதான்"

"இல்ல நீயும் அப்படித்தான் நெனைக்கிறே"

"நா அப்படியெல்லாம் நெனைக்கலேன்னு சொல்றன்ல. பெறகென்ன, வெரட்டுறே"

அவள் மனசென்ற கிணற்றுக்குள் வேறு எண்ணங்கள் விழுந்து கிடக்க வேண்டும். வினோத் இந்தப்பள்ளிக்கு வராது போயிருந்தால், பிரத்யேகமான மாலைப்பயிற்சி வகுப்பு தொடங்காமலிருந்திருந்தால், இடறுகிற பாடத்தில் சந்தேகம் கேட்க அவனிடம் பேச்சுக்

கொடுக்காமல் போயிருந்தால், இருவர் இடையிலும் பிரியம் வாய்த்திருக்காது. வினோத் மேல் பிரியம் கூடக் கூட சிந்தாமணிக்குப் படிப்பிலும் பிரியம் கூடியது. வகுப்பிலே கெட்டிக்காரி என்ற பெயர் வாங்கினாள். இதுக்கெல்லாம் காரணம் அவன் எனச் சொன்னவளை மறித்து, அவன் அவளின் விழிகளைச் சுட்டிக் காட்டினான். அதுகளுக்கு நான் நன்றி சொல்வேன் என்றான்.

''நீ வேறொருத்தருக்கு நன்றி சொல்லணும்''

வினோத் திகைப்பாய் பார்த்தான்.

''அங்க'' - சிந்தாமணி தலைமையாசிரியர் அறையைக் காட்டினாள்.

''என் அப்பா யாருன்னு தெரியுமா?'' அவன் கேட்ட போது, தெரியும் என சிந்தாமணி கண்ணைச் சிமிட்டினாள்.

''ஒன் அப்பா அம்மா எங்க இருக்கிறாங்க?''

சிந்தாமணியின் அப்பா, அம்மா பற்றிய தகவல் அறியும் அது. வினோத்தின் குரல் ஆவலாய்க் கேட்டபோது ''இப்ப அதெல்லாம் ரொம்ப அவசியம்'' என்று ஏறிட்டுப் பார்த்தாள். வித்தியாசமான எதிர்வினை காட்டும் பெண்ணை அதிசயத்துடன் பார்த்துப் புன்னகை செய்தான்.

அவனுடைய கவலை வேறொன்றில் ஆழம் கொண்டது. பெண்ணென உணரும்போதில் தன்னறியாத லயிப்பு உண்டாவது போல், பெண்ணின் பெயர் கிளர்ச்சியை ஏற்படுத்த வேண்டும். ஆனால் சிந்தாமணி என்ற பெயர் பேரழகிக்குப் பொருந்துவதாக இல்லை.

பெயர் சொல்லி அழைப்பதைத் தவிர்த்தான். உதட்டைக் குவித்து நாக்கில் ''உஸ், உஸ்'' என்பான். அதுதான் அவளை அழைக்கும் அழைப்பு.

'ரொம்ப லட்சணமா இருக்கே' என்பது போல் கேட்டாள்

‘‘பிடிக்கலயா? நல்லா இல்லேன்னா, இல்லேன்னு சொல்லு. இந்த ‘உஸ் உஸ்’ வேண்டாம்’’

அதெல்லம் இல்லேப்பா என்பது போல் ஈரெட்டாய் வந்தது பதில்.

பிறகு ஒரு யோசனை சொன்னாள். ‘‘எனக்குப் பேர் வைக்கிற போது ஓங்கிட்ட கேக்கணும்னு என் அப்பா அம்மாவுக்குத் தோணலை பாத்தியா’’

வினோத் அவளுக்கு ஒரு பெயர் வைத்தான். எனக்கு மட்டும் தான் அந்தப் பெயர் என்றான். நிர்மலா! அகன்ற, பெரிய, நிர்மலமான விழிகளைச் சுட்டிக் காட்டினான்.

‘‘ இப்ப வினோத்துக்குப் பொருத்தமாயிருச்சா?’’ சிரித்தாள்.

இப்போது எந்த வீதியில், எந்த இடத்தில் உலகின் எந்த மூலையிலிருந்து கூப்பிட்டாலும் அந்தக் குரலை அவள் இனம் காண்பாள். அந்தப் பெயரில் அழைப்பு அவன் ஒருவன் மட்டுமே. எங்கிருந்து ஒலித்தாலும் அவள் திரும்பிப் பார்த்தாள்.

4

அவ்வையார் தெரு ஆச்சரியத்தில் விடிந்தது. இரண்டு நாள் கழிந்து, மூன்றாவது நாள் கன்னியம்மாவின் 16-வயது சிந்தாமணி வந்து நின்றாள். கன்னியம்மா இடத்தில் சிந்தாமணி ‘‘நீ ஏன்டி வந்தே?’’ என்பது போல் அவளைக் கேட்டார்கள். பார்த்த பார்வை குத்தி எடுத்தது. கன்னியம்மா வேலைக்காக வீதியில் கால் வைத்தபோது கல்யாணமாகியிருந்தது. ஒரு கைக்குழந்தையிருந்தது. இப்போது வீட்டுக்குள் வரும் இவள் குமரி. சொந்த வீட்டுக்குள் மட்டுமில்லை, எந்த வீட்டுக்குள்ளும் குமரு நடமாட நீதியில்லை என்பது அவர்கள் கருத்து. அவரவர் குடும்பத்துக்குள் அதற்கான காரணம் இருந்தது. சமைந்த பதினாறும் மட்டுமல்ல, இன்னும் சமையாத பன்னிரண்டும் குடும்பச் சுமையை ஏற்க வீட்டு வேலைக்கு வரப் போகிறாள். சிந்தாமணி பள்ளிக்குப் போவதை நிறுத்தி விட்டாள்.

"நெஜமாவா? நீ பள்ளிகூடம் போக மாட்டியா?" அதன் பிறகு அவர்கள் சமாதானப் பட்டார்கள்.

அவர்கள் முதலில் நம்பவில்லை. நல்லபடியாய் பிரச்சினை முடிந்தது. அதுவும் மூன்றாவது நாளில் என்று திருப்திப்பட்டார்கள்.

"அவ என்னத்தைப் பாத்தா? அரை வேலை, கால் வேலைதான்" என்று அப்பவும் உள்ளோடும் கவலை தெருவுக்குள் இருந்தது. தாயாரைப் போல் அருத்தம் திருத்தமாய் வேலை செய்வாளா என்ற சந்தேகம், அப்போதப்போது எக்கிக் கொண்டு வந்தது.

அம்மா போல் சர சரவென்று வேலை செய்ய ஏலாத பொடுசுகளைப் பார்த்த தெரு புலம்பலில் புரள்வது இயல்பாயிற்று. ஒரு வயது குறைவான தங்கச்சியை சேர்த்துக் கொண்ட போதும் முடியவில்லை. வீடுகளில் வேலை முடித்து திரும்புகையில் உடம்புவலி.

ஆனால் அவர்கள் மேல் அவளுக்குத் தீராத வருத்தம் ஒன்றிருந்தது. இதற்கு முன் அவளைக் கூப்பிட்டுப் பழக்கம் இல்லாததால் கன்னியம்மா மகளே என்று கூப்பிட்டார்கள். பிறகு பெயர் பழக்கமான வேளை 'சிந்தாமணி' என்றார்கள். சட்டென்று அவளுக்கு சொல்லத் தோன்றியது. "என் பெயர் வேறயாக்கும். நா நிர்மலா" வினோத் சூட்டிய பெயர். அந்த 17- ஆம் எண் வீட்டைத் தெரியும். வட்டார போக்குவரத்து அலுவலர் சீத்தராமனின் வீடு. அந்த வீடு தான் அவளுடைய பிரியக்காரன் வீடு.

சிந்தாமணியின் அகன்ற கருத்த விழிகளுக்குள் விழுந்தவன் இருக்கும் வீடு. அந்த வீட்டில் பாத்திரங்கள் கழுவின போது, வீடு பெருக்கிய வேளையில், துடைத்துத் தூய்மைப் படுத்தியபோது, அவர்களை வேறு எவரினும் நெருக்கமாய் நினைத்தாள். அவன் தென்படவில்லை. அவன் வீட்டிலிருந்தானா அல்லது வீட்டிலிருந்தவர்கள் ஒளித்து வைத்தார்களா என அறிய இயலவில்லை. எதுவும் தற்செயலாய் நடக்கவில்லை என்பது மட்டும் அறிவுக்குப் பட்டது.

பா. செயப்பிரகாசம்

அப்பா ஏன் ஓடிப் போனார்? அவளுக்கு இதுவரை தெரியவில்லை. அம்மாவுக்குத் தெரியும். அது பற்றி விவரமாக, விலாவாரியாகப் பேச அம்மா விரும்பவில்லை. பத்து நாட்கள் கழித்து ஊரிலிருந்து திரும்பி வந்தாள்.

"ஓங்களுக்கு அப்பா இல்ல"

அவ்வளவோடு முடித்துக் கொண்டாள். அப்படியென்றால் இனி அம்மாவுக்குக் கணவர் இல்லை என்றும் அதற்கு அர்த்தம். அதற்கு மேல் கேட்க மகளுக்கு விருப்பமில்லை.

பிரதான சாலையில் அவ்வையார் தெருவுக்கு எதிரில் இருந்தது தேநீர்க் கடை. சிந்தாமணிக்கு ஐந்து வயதாயிருக்கையில் அன்று காலையில் ஐந்துமணிக்கு எழுந்திருந்து விட்டாள். ஐந்து வயதாயிருந்தவளை அப்பா தூக்கிக் கொண்டு நடந்தது குளிருக்கு கதகதப்பாக இருந்தது. அப்பாவின் உடம்புச் சூட்டை உணர்ந்தவள் மேலும் கட்டி இறுக்கிக் கொண்டாள்.

மூடியிருந்த பக்கத்துக்கடையின் உச்சாணிப் படிகள் கன்னியம்மாவுக்காகவும் புருசன் சத்யனுக்காகவும் காத்திருந்தன. அது அப்பா அம்மா அமரும் இடம். அந்தப் படிக்கட்டுகளை வேறு யாரும் பிடிக்க முடியாது. அவ்வளவு உயரத்திலிருந்தன. இரண்டாவது அவரவருக்கு காலைப் பரபரப்பு விரட்டுகிறபோது, அந்த உயரத்தில் போய் உட்கார நேரம் செலவு செய்ய இயலாது. நெடுங்கால முதலே இந்த இடத்தில் இணைவதற்காகப் பிறந்து வந்த உயிர்கள் போல் ஒண்ணுக்கொண்ணு அண்டக் கொடுத்து புருஷனும் பெண்டாட்டியுமாய் இருந்த காட்சியைத் தெருக்காரர்கள் பார்க்கிறார்கள். அந்த உயிர்களினது நெருக்கம் பார்க்கிறவர்களை நெருடியது. அவர்களுக்கென வரும் தேநீருக்காய்க் காத்திருப்பார்கள். வழக்கமாய் இதுதான் நடக்கும் என்று சிந்தாமணி அறிந்து கொண்டாள். தேநீர் அருந்தியவுடன் சாலையைக் குறுக்கே கடந்து எதிர்த்தெருவில் நுழைவார்கள். அந்த வேளை சரியாக ஆறு மணியாக

இருக்கும். தெருமுனையில் நின்று, பார்வையில் தலையசைத்துப் பிரிகிறார்அப்பா. அந்தத் தருணங்கள், வேறு எதனாலும் நிரப்ப இயலாத வாஞ்சையைச் சுமந்திருந்தன. அந்த அப்பா இன்று இல்லாமல் போனார்.

வினோத் வீட்டில் இருக்கிறபோது சந்தித்துவிட வேண்டுமென்ற யோசனையில், வேலை நேரத்தை மாற்றிப் பார்த்தாள். சொல்லாமல் செய்யாமல் அவளே தன்னிச்சையாய் வேலை நேரத்தை மாற்றிக் கொண்டதற்காக வினோத்தின் அம்மா கோபித்தாள். ஆனாலும் அவன் எதிர்ப்படாத நாட்கள் கடந்து போய்க் கொண்டிருந்தன. இளங்கோ நகர்க் குடியிருப்பில் மிகக் கவனமாக நடமாடினான் என்று யூகிக்க முடிந்தது. போகிற வருகிற வழிகளை மாற்றி அமைத்திருந்தான். நிர்மலா போன்ற தோற்றம் தென்பட்டாலும் வேறு வேறு சந்தில் வெளியேறப் பழகியிருந்தான்.

இப்போதும் நாயர் தேநீர் ஆற்றுகிறார். ஓரிரு மாதம் முன் கன்னியம்மாவும் புருசனும் உட்கார்ந்து தேநீர் அருந்திய காட்சி தோன்றுகிறது. ஏன் பார்த்தோம் என்றாகியது நாயருக்கு. அது கன்னியம்மா தான் என்று யாருக்கும் சொல்ல வராது. ஒரு எலும்புக்கூடு இரண்டு மாதம் கழித்து அங்கு அமர்ந்திருந்தது. அதன்மேல் ஒரு மண்டையும் முன்தெரிகிற பற்களும். பக்கத்தில் அமர்ந்த இரண்டு சிறிசுகள். அவனிருந்த நாட்களில் மூடிய பக்கத்துக் கடையின் உச்சாணிப் படிக்கட்டில் அமர்ந்திருந்தாள். இப்போது படிக்கட்டு இருந்தது. ஆனால் கீழ்ப் படிக்கட்டில் புருசன் இருந்த இடத்தில் பக்கத்துக்கு ஒன்றாய் ஆதரவற்ற இரு சிறிசுகளோடு உட்கார்ந்திருக்கிறாள். புருசன் ஊரில் வேறொரு பெண்ணைச் சேர்த்துக் கொண்டு வாழ்கிறான் என்ற செய்தி உறுதியானது.

ஆணில்லாத வாழ்வு அத்துவானக் காடாகப் போயிருக்கிறது. அவளுக்கு வெயில், மழை, குளிர் உணரா தவமுனியின் சட நிலைக்குப் போய் விட்டாள். அவள் வேலைக்கார அம்மாவாக இல்லை.வேலை செய்ய முடியாத கிழ்வியாக வந்திருந்தாள்.

மகள் வீட்டுவேலைகளில் தேர்ச்சி கொண்டுவிட்டாள். எந்த வீட்டில் எந்தெந்த ஸ்விட்ச் எங்கெங்கே இருக்கும் என்பது முதல் அறிந்திருந்தாள். ஆனால் 17-ஆம் எண் வீட்டுக்குள் மட்டும் நடமாட்டம் தென்படவில்லை.

5

"நான் நிர்மலா"

சட்டென நிர்மலாவைக் கண்டு மிரண்டு போனான். பதட்டதுடன் பார்த்தான். பிரதான சாலையின் சன நடமாட்டம் பற்றி கவலையில்லாத நிர்மலா அவன் கையைப் பிடித்தாள்.

"ஏன் நடுங்குது?" அவன் பதற்றத்தை உணர்ந்து நிர்மலா எகடாசியாகக் கேட்டாள்.

பாத்திமா, வீட்டுக்கு வந்திருந்தாள். "நீ பள்ளிக்கூடம் வர்றதை நிப்பாட்டின அன்னையிலிருந்து அவரை பயிற்சி வகுப்பில காண முடியலே. தனியா டியூஷன் வச்சிருக்கிறதா கேள்வி" என்று தகவல் சொன்ன பாத்திமா, நிர்மலாவைப் பார்த்தாள். "என்னக்கா ஒனக்கு இப்படி ஆனது?" குரல் கம்மிக் கொண்டது. அவள் கண்களில் நீர் அடைத்தது.

நிர்மலா, நேர்படக் கேட்டாள்

"வீட்டு வேலை செய்றவ எங்க அம்மாங்கிறது ஒனக்கு அருவருப்பா இருக்கா?"

"அதெல்லாம் ஒன்னுமில்லே" அவனுக்கு மூச்சு வாங்கியது.

"பிறகு என்ன?" நிர்மலா கேட்டாள். அவனிடம் திணறல் வெளிப்பட்டது. சுற்றிலும் மிரண்டு மிரண்டு பார்த்தான். தெரிந்த முகம் ஏதாவது வந்துவிடக் கூடாது என்பதில் குறியாய் மனது அல்லல்பட்டது.

முன்னர் மழையடித்து மரத்தில் தங்கியிருந்த மழைத்துளிகள், சிறுகாற்று அசைவில் சல்லென்று நடுங்கிக் கொட்டிற்று. அதுபோல் அவர்களுக்கிடையேயான தருணங்கள் குளிர்ந்து நடுங்கிக் கடந்தன. ஏந்தலான பார்வை சிந்தாமணியிடமிருந்து அவன்மேல் படர்ந்தபோது அவன் அதை விலக்கினான்.

' நாம பார்த்துக்கிற வேண்டாம்'' என்றான்.

அவள் மறித்தாள். ''எதுக்கு?''

''அப்படித்தான்'' என்றவன் திரும்ப எத்தனித்தான். அவன் கை நிர்மலாவின் பிடியிலிருந்தது.

''நாலும் யோசிச்சிருக்கணும். இப்ப அதெல்லம் பாத்துத்தான் எல்லாரும் காதலிக்கிறாங்க. முன்பின் யோசித்துப் பார்த்திருந்தா, பழக்கம்னு ஒன்னு வந்திருக்காது இல்லே''

நிர்மலா சாதாரணமாகக் கேட்டாள். நிர்மலாவைப் பற்றி மட்டுமல்ல, அவர்கள் சாதி, குடும்பம், பூர்வீகம் எல்லாவற்றையும் தெருக்காரர்கள் அறிவார்கள். அவளுடைய தாயார் கல்யாணமாகி சென்னை வந்து தெருவில் கால்பதித்து 18 வருடமாகிறது.

''ஒனக்கும் தெரியும் தானே, அப்ப ஏன் பழகின?''

''நா ஒன்னும் நெனைக்கலே. நீ போ போ'' பதறினான். பதில் சொல்லு என்பதுபோல் அவன் கையை இறுக்கிப் பற்றினாள். பிறகு ''சரி போ'' என்று கையை விட்டாள்.

ஒன்று தெரியப்படுத்தியிருக்க வேண்டும். அதைச் சொல்லாமல் விட்டது மிகப் பெரிய தப்பாகத் தோன்றியது.

''ஒன்னு தெரிஞ்சுக்கோ. நா பிழைக்க மதியத்தவ இல்லே''

இதுதான் அவள் அவனிடம் சொல்லாமல் விட்டது.

மொத்தம் எட்டு வீடுகளில் ஒன்று குறைந்து போனது. காரணமேதும் சொல்லவில்லை. ''வேற யாரையாவது ஏற்பாடு செய்திட்டுப்போ''

என்ற முறையிடல் 17-ஆம் எண் வீட்டிலிருந்து வந்தபோது கண்டு கொள்ளவில்லை.

ஒவ்வொரு பெண்ணும் போல், அவளும் தனித் திசையில் பறந்திருக்க முடியும். அதற்குண்டான லவிப்பு இல்லை. வாழ்க்கை அவளுக்கு அளந்து கொடுத்திருந்தது. அவளது உலகம் வீடுகளும் உழைப்பும் என்பதைப் புரிந்து சட்டென்று மாற்றிக்கொள்ள முடிந்தது. எந்தப் புள்ளியில் வாழ்க்கை திடீரென முறிபடுகிறதோ, அதிலிருந்துதான் தொடங்க முடியும் என்பதை உணர்ந்து கொண்டாள்.

தந்தை, அண்ணன், தம்பி, கணவன், மகனென்ற ஆண்களால் அபலையான பழம் ஓவியம் போல் அவள் இல்லை. நொம்பலப்பட்ட பெண்ணாய் முழங்கால்களைக் கட்டியபடி முட்டி மேல் முகம் கவிந்திருக்க வில்லை. வாழ்வு புகலற்றுப் போனவளாய் சுவரில் சாய்ந்து நீர் தாரை தாரையாய்ச் சொரிய, மோட்டு வளையைப் பார்த்துக் கொண்டிருக்கவில்லை. குடும்பம் தாங்கும் தூண் திடீரென சரிந்து போக, துக்கத்தை விலக்கி வைத்து விட்டு அவள் மட்டத்துப் பிள்ளைகள் அடுத்த நாள் வேலையை ஒப்புக் கொண்டதைக் கண்டிருக்கிறாள். அவளைச் சுற்றி அவர்கள்தான் எங்கும் தென்படுகிறார்கள்.

அவளறியவோ அறியாமலோ, அரசல் புரசலாய் பழைய நினைப்பு மேலெழாமல் தொடர்ந்து மனசைக் கண்காணித்தாள். பள்ளிக் கூடத்துக்குள் நடந்ததைக் கணப் பொழுது நிகழ்வு போல் தாண்டிப் போக முடிந்தது. வீட்டு வேலைகளில் இலகுவாக ஈடுபட முடிந்தது.

''கன்னியம்மா, பிள்ளைகள எப்படி வளத்திருக்கா, ரெண்டும், ரெண்டு ரத்தினக் கல்லுக'' - அந்தப் பெண்பிள்ளைகள் வசிக்கிற பாரதியார் தெருக்காரர்கள் சிந்தாமணி கண்முன் சொன்னார்கள். மனசிலிருந்த பிரிகயிறுகளை எடுத்து, ஒன்றாக்கி அன்றைக்கு திட்டமாய் ஒரு முடிச்சுப் போட்டாள் சிந்தாமணி. அவள் செய்ய வேண்டிய மற்றொரு உத்தமமான காரியம் மீதியிருந்தது.

"நீ இனிமே என்கூட வேலைக்கு வரவேண்டாம். நா பாத்துக்கிருவேன்"

தங்கையிடம் சொன்னாள்.

தங்கை மேகலா காலையில் பள்ளிக்குச் செல்லுமுன், பிறகு சாயந்திரப் பொழுதில் நேராக அக்கா வேலை செய்யும் வீடுகளுக்குப் போவாள். அக்காவுக்கு ஒத்தாசையாய் இருந்தாள். மேகலாவுக்கு அக்கா மேல் பிரியம் கூடியது. படி என்று சொல்கிற அக்காவை யாருக்குத்தான் பிடிக்காது.

மேகலாவுக்குப் புலனாகியது இது மாதிரி நடக்கிற அக்காக்கள் எல்லோரும் அம்மாக்கள்தான் என்று.

மறு பக்கம்

எரியும் வீட்டுக்குள்ளிருந்து, நிணம் கருகிய வீச்சத்துடன் வயதான மூதாட்டியை வெளியே தூக்கிக்கொண்டு வந்தது போல், பழைய அனுபவங்களிலிருந்து ஒரு கொடூரத்தை நினைவுக்குக் கொண்டு வந்தான்.

அய்யா (அப்பா) இறந்த சேதி கிடைத்ததும் கணவனும் மனைவியும் ஊருக்குப் புறப்பட்டார்கள். பள்ளித் தேர்வு நேரம். பையன்களைப் பக்கத்து வீட்டில் பார்த்துக் கொள்ள ஏற்பாடு.

பகல் நேர ரயில், இருவரும் தர்க்கிக்கும் இடமாக மாறியது. எந்நாளும் போலவே, பாஞ்சாலி வாயில் நாயைக் கட்டி வந்திருந்தாள்.

''பாஞ்சாலின்னு எந்நேரத்தில பேர் வச்சாங்கன்னு தெரியல. அஞ்சு பேர் பேச்சையும் இவ ஒரு வாயில்ல பேசுது''

துரையப்பனின் தங்கை கனகமயில் பேசிச் சிரிப்பாள்.

பாஞ்சாலியைக் காணாத இடங்களில் அந்தப் பேச்சு.நேருக்கு நேர் பேசினால், பேசியவர் கதை கந்தல் கந்தலாகிவிடும்.

''ஒங்கப்பா, என்னைய என்னென்ன பேசினாரு?'' ரயிலில் போகிறபோது பாஞ்சாலி கேட்டாள்.

ஒருவர் இறந்தாகி விட்டது. எல்லோரிடமும் முழுமையாக விடைபெற்றுப் போய்விட்ட பிறகு, துக்கத்தை அனுபவிக்கிற வேளை இவ்வாறு பேசியிருக்கக்கூடாது. இறந்தவர் இருக்கிறபோது இதைக் கேட்டிருக்கவேண்டும். கேட்டிருந்தால், இறந்து போனவருக்கும் பதில் சொல்ல வாய்ப்புக் கிடைத்திருக்கும். துரை அதைச் சொன்னான்.

மறுதலித்துக்கொண்டே வந்தவன், திருப்பிக் கேட்டான்,

''நீ எங்க அய்யாவ என்னென்ன பேசியிருப்பே? அவர் முன்னாலேயே, ஒனக்கும் புத்தியில்லே, ஒங்கப்பனுக்கும் புத்தியில்லேன்னு என்னையைப் பேசினவ''

''அது மறக்காது. நீ செஞ்சது மறந்து போகும். ஆமா, பேசினேன். தப்பா?''

''அப்பகூட எங்கய்யா என்ன சொன்னாரு? அவன்கூட சண்டை போட வேண்டாம்மான்னு சமாதானப்படுத்தினாரு''

பகல்நேரத் தொடர்வண்டி என்று பாராமல் சத்தம் மேலேறி வர, பக்கத்தில், எதிரில் அமர்ந்திருந்தவர்கள் வியப்போடு ஏறிட்டார்கள். துரை சங்கடத்தில் நெளிந்தான். அத்தனை பேர் பார்க்கிறபோதும், 'சப்'பென்று மூஞ்சியில் அறைந்து விடலாமா என்று ஆத்திரமானான்.

மதுரையில் ரயில் நிலையத்தில் இறங்கியதும், அவள் ''நா, வரலை'' என்றாள். சொல்வதற்காக, இவ்வளவு தூரம் வந்தது போல் தோன்றியது. உன்னையும், உன் குடும்பத்தையும் என்னென்ன வழியிலெல்லாம் அவமானப்படுத்த வேண்டுமோ, அதைச் செய்வேன் என்ற வெஞ்சினம் அவளுக்குள் கனன்று கொண்டிருந்தது. அவன் எதுவும் பேசாது வெளியேறினான். பாஞ்சாலி ரயில் நிலையத்தில் நின்றபடி இருந்தாள்.

''எங்க போறே?''

''எங்கயாவது போவேன்''

''சரி''

தொடர் வண்டி நிலையத்தில் சுற்றியுள்ளவர்கள் பார்த்திருக்க, அவன் தகராறு செய்ய விரும்பவில்லை. துரையப்பா திரும்பிப் பார்க்கவில்லை.

கிராமத்தில் கால் வைத்ததும் கேட்பார்கள் என்று தெரியும்... ''அவளுக்கு ஒரு வாரமாய் ஜுரம்'' பதில் தந்தான்.

குணவான் குமரேசன் சித்தப்பா. பேச்சில், பழக்கத்தில், உறவுகளுக்கு உதவுவதில் தன்மையானவர். மனுசனாய் இருக்கிற எவரும் சான்றோர்களிடம் மறைக்கக் கூடாது. அவரிடம் உண்மையைத் தெரிவித்தான். சித்தப்பா ஆச்சரியமாய் ஏறிட்டு நோக்கினார். பிறகு முகம் கவிழ்ந்து யோசிப்பாய் இருந்தார். அந்த யோசிப்பில், அவர்களது கடந்த கால வாழ்க்கையினது ஒட்டு மொத்த சித்திரமும் கிட்டியிருக்கும். சித்திரப்பட்டதைக் கண்களில் பிடித்துக்கொண்டு 'என்ன இழவு' என்று முணுமுணுத்தார். சுத்தி நின்று கேட்டுக்கொண்டிந்த மகள் பார்வதி ஆங்காரமாய்,

''இன்ன லெக்குன்னு (இடம்) பாக்காம, அங்ஙனயே இழுத்து போட்டு, நலுக் நலுக்குன்னு நாலு மிதி மிதிக்காம, இங்ஙன வந்து சொல்றயேண்ணே'' என்று கேட்டாள்.

பார்வதி கொட்டியபோது பக்கத்திலிருந்தவர்களுக்குக் கேட்டிருக்கும் எனக் கலவரமடைந்தான். குடும்பம் நடத்துகிறான் பாரு ஆம்பிளை என்று கேட்டுவிடுவார்கள். பொம்பிளை என்றால் அரட்டு, மிரட்டு செய்து அடக்கி வைத்திருக்க வேண்டும். அவளைக் கட்டுக்குள் வச்சிருக்க ஒனக்கு ஏலலே என்பார்கள். அவ எந்தக் கட்டிலயும் சேராத ஆள் என்று அவர்களுக்கு விளக்கப்படுத்த முடியாது.

பதினாறாம் நாள் காரியம். பெங்களூரிலிருந்து புறப்படுகையில் பாஞ்சாலி சொன்னாள், ''நானும் வர்றேன்''

அவன் ஒரு சொல் சொல்லப் போவதில்லை. 'சரி' யென்றான். வேறொரு வகை பயம் ஓடியது. ''நா, வர்றேன்னுதான் சொன்னேன். இவருதான் வேண்டான்னுட்டாரு'' - இப்படி வருகிறவர்களிடமும் போகிறவர்களிடமும் பழி போட வாய்ப்பாகி விடும்..

''இப்ப வந்திருக்கீக, சாவுக்கு வரலை''

சித்தப்பா தன்மையாகக் கேட்டார். உறையிலிருந்து நாக்கு என்ற கத்தியை எடுத்து வீசினாள்.

''முகத்தைப் பாக்க இஷ்டமில்லே''

சித்தப்பாவுக்கு மட்டுமில்லை, அங்கேயிருந்த எல்லோருக்கும் ஒரு உண்மை தெளிவாயிற்று. இவ எந்த நேரத்திலும் வாயிலிருக்கிற கத்தியை கீழே போடுகிற ஆளில்லை என்பது.

அன்றைக்கு இராத்தங்கல். பாஞ்சாலி, குமரேசன் சித்தப்பா வீட்டில் படுத்துக் கொண்டாள். செந்திலாச் சித்தியை இரவு முழுதும் தூங்கவிடவில்லையென்று சொன்னார்கள்.

''எல்லாத்தையும் பேசிட்டாளப்பா. ஒண்ணும் மீதி வைக்கலே''

''எல்லாத்தையும் ஒம்பேர்லதான் போடுறா'' என்றாள் சித்தி.

அவனுடைய தங்கைகள், சொந்த சித்தி, குழிக்குள் போய் இன்றோடு பதினேழுநாள் ஆகிப்போன அப்பா என்று தன் குடும்பத்துக்குத்தான் எல்லாம் செய்றார். இதுவரை எனக்கு ஒரு சேலைகூட வாங்கித் தந்ததில்லை என்று செந்திலாச் சித்தியிடம் வாசித்திருக்கிறாள். அவள் சொன்னதில் சித்தி சொல்லாமலேயே மறைத்தவை எவ்வளவு இருக்கும் என்று யூகித்தான். பெண் மோகி, காம இச்சை பிடித்தவன், ஆணகங்காரன் என்பதெல்லாம் சித்தி சொல்லாதவை.

புறப்படுமுன், செந்திலாச் சித்தியின் கைகளைப் பிடித்துக் கொண்டு,

''நீங்க அவசியம், ஒரு தடவை பெங்களூர் வரணும்'' என்றாள் பாஞ்சாலி.

‘‘எல்லாத்தையும் பாத்திட்டு வரலாம், பக்கத்திலதான் புட்டபர்த்தி சாயிபாபா இருக்கார்’’ என்றாள் தொடர்ந்து.

‘‘ஓங்களையும் தாம்ப்பா, நீங்க எல்லோரும் ஒரு தடவை வந்து போங்கப்பா’’

அப்பா என்று சித்தப்பாவை அழைத்தது எல்லோரையும் இளக்கியது. நேற்றுக் கண்டவள் இவள்தானா என்ற சந்தேகம் எல்லாருக்குள்ளும் எழும்பியிருக்க வேண்டும்.

அவர்களை அனுப்பிய பின், தங்கச்சி கனகமயில்,

‘‘கூப்பிட்டாள்ல்ல, மழை வந்திரும்’’ என்று சிரித்தாள்.

‘‘கூப்பிட்டாச்சில்லே போ, தாயி. போய்ட்டு மருமகளைப் பாத்திட்டு வந்திரு. சுடச்சுட செஞ்சு போடுவா. ஒரு மூட்டை தலையிலயும் கட்டி அனுப்புவா. நல்லாருப்பே, தாயி, ஒரு நடை போய்ட்டு வந்திரு’’

நக்கலடித்தாள்.

‘‘இது ‘ஓவர்’ பிள்ளே. என்ன இருந்தாலும் எங்கம்மா’’ இடைமறித்தாள் பார்வதி.

‘‘அம்மா நொம்மா, நான் பாக்கத்தானே போறேன்’’ காத்திருந்தாள் கனகமயில்.

2

எத்தனையோ சம்பவங்கள் கடந்து போயிருந்தன. காலை, மாலை என்று பொழுதுகளும் வந்து போயின. ஆனாலும், சண்டையைக் கடக்க முடிந்ததில்லை. ஒருவர் மேட்டுக்கு இழுத்தால், ஒருவர் பள்ளத்துக்கு இழுக்கும் குணமாக வாய்த்திருந்தது இருவருக்கும்.

‘‘எல்லாப் பொருத்தமும் பாத்தாரு அண்ணன். அந்த ஒரு பொருத்தம் பாக்காம கட்டிட்டு வந்திட்டாரு’’ என்பாள் கனகமயில்.

வாழ்நாள் முழுதும் இந்தக் குற்றத்தை நிவர்த்தி செய்ய முடியாது என்பது அவளது முடிவாக இருந்தது. எது நடந்தாலும், அவர்களுக்கிடையில் ஒரு மாற்றமும் நடக்கப் போவதில்லை என்பதில் தீர்மானமாக இருந்தாள் தங்கை. "இது என்ன, நேர்த்திக் கடனா தீர்க்க" என்ற கருத்து அவளுக்குள் நிலைப்பட்டது.

சண்டை இல்லாத நாளில்லை. வெலம் எடுதுவளாய் சத்தம் போடுகையில், தெரு அதிர்ந்து போகும். சாதாரணமாய்ப் பேசிட வராது. வீதியில் நடு வீடு என்பதால், முக்கால்வாசி வீடுகளுக்குள் அவள் குரல் நுழைந்தது. தெருவில் வசிக்கிற எல்லோருக்கும் காதுகளிருந்தன. வீடுகளுக்குள் இருந்தவாறு மனக்கண்கள் வேலை செய்து கொண்டிருந்தன.

"மெதுவாப் பேசு, ஏன் இப்படிச் சண்டை போட்ற?" பல தடவை கெஞ்சிக் கேட்டிருக்கிறான்.

"ஒனக்கு சாதாரணமாகப் பேசவே வராதா பாஞ்சாலி" நயந்து போயிருக்கிறான்.

"ஏன், நம்ம நாத்தம் ஊருக்குள்ளயும் போகட்டுமே" என்றாள் விடைப்பாய்.

அவனோ, அண்டையிலிருந்தவர்களோ அவளை நாய் போல் கத்துகிறாள் என்று சொன்னதில்லை. அப்படி நினைப்பார்கள் என்று அவளுக்குத் தோன்றியிருக்கும்.

"ஆமா, நா நாய்தான். நாய்ன்னா கத்தத்தான் செய்யும். ஒன்னைய மாதிரி உள்ளே ஒண்ணு வச்சி வெளியே ஒண்ணு பேசற ஊமைக் கோட்டான் இல்லே"

"என்ன பொறுக்கி மாதிரி பேசறே?"

"ஏன், நீ செஞ்ச பொறுக்கித்தனத்தையெல்லாம் சொல்லவாம்மா?" என்று கேட்டாள் இளக்காரமாய்.

பா. செயப்பிரகாசம்

அவனும் பதிலுக்குப் பதில் மாட்டுபவனாக, இப்போது தயார் ஆகியிருந்தான். அவளுக்கு ஈடாய் சண்டையிடத் தேர்ச்சி பெற்று விட்டான். அவன், அவளைப் போலவே ஆகிவிட்டதாகப் பேசிக் கொண்டார்கள். அப்படி ஆவதற்கே அவள்தான் காரணம் என்ற கடுங்கோபம் அவனுக்கிருந்தது.

3

வீதியில் முப்பது வீடுகளிருக்கும். அவரவர் சொந்தமாய்க் கட்டிய தனி வீடுகள். ஒவ்வொரு வீட்டுக்குமிடையில் மூன்றிலிருந்து ஐந்தடி வரை இடைவெளிவிட வேண்டுமென்ற நகராட்சி விதியைக் கறாராக நிறைவேற்றினார்கள். அவ்வளவு ஒழுக்கத்தோடு நின்றவர்கள்தாம்.

இலக்க எண் 24-ல் இருப்பவர் பெங்களூர் மாநகராட்சியில் பிரிவு அலுவலர். வீடு கட்டுகிற ஒவ்வொருவரும் அவரைக் கலந்து கொள்வார்கள். ஒரு வீட்டுக்கும் அடுத்த வீட்டுக்குமிடையில் மூன்றடி இடைவெளி போதும் என்ற விதி தளர்த்தல் வந்தபோது, ஏற்கனவே கட்டியதற்குப் பரிகாரம்செய்து கொள்ள வேண்டும் போல் நினைத்தவர்களாய் தூண்கள் எழுப்பி மாடி எழுப்பிக் கொண்டார்கள். கீழ் வீடுகளை விட மேல் வீடுகள் அகலமாய், தாராளமாய் ஆகியிருந்தன. அவரவர் வாழ்க்கைக்குத் தேவையோ இல்லையோ ஒவ்வொருவரும் அகலமாயும் உயரமாயும் வாழ்ந்து கொள்ள முண்டுகிறார்களென்பதைத் தெரு காட்டியது.

முதன்முதலாய் வீடுகள் எழும்பியபோது இணக்கமாக இருந்தார்கள். ஒரு வீட்டில் விசேடம் என்றால், தெரு மொத்தமும் அங்கிருந்தது. அவரவர்களுடைய அலைச்சலும் இருந்தது. அதற்கிடையேயும் ஆளுக்கொரு வேலையை எடுத்துச் செய்தார்கள். பத்து வருடம் வரை, வாடகைக்கு விடாமல் வைத்திருந்தார்கள். மாடிஎடுத்தவர்கள் மகன், மகள், சொந்தக்காரர் வகையை குடியமர்த்தினார்கள். வாடகைக்கு வருகிறவர்கள் தெருவின் கலாச்சாரத்தை நாசம் செய்கிறார்கள் என்ற கருத்து தொடக்கத்தில்

எல்லோரிடமும் இருந்தது. வேற்றாருக்கு வாடகைக்கு விடாமல் சொந்தம் சுருத்துக்குள் விட்டு தெருக் கலாச்சாரத்தைக் காத்துக் கொள்ள முனைந்தார்கள்.

இருபது வருசமாய் அந்தத் தெருவில் வசிப்பவர்களிடம் நிறைய மாற்றங்கள் வந்து போயிருந்தன. மகன், மகள்களுக்குக் கல்யாணமாகி, உள்நாடு,வெளிநாடு என்று வெவ்வேற திசைகளுக்குப் பறந்து போயிருந்தார்கள். தெருவின் கிராமியக் குணம் மாறி பெங்களூர்க் குணம் கவிந்து விட்டிருந்தது. ஒவ்வொரு வீட்டின் பின்னணியில் ஒரு சித்திரமிருந்தாலும் நடு வீட்டின் சரித்திரம்தான் ஏறுக்குமாறாய் செயல்பட்டது.

நெட்டுக்க பதினைந்து பதினைந்தாய் நின்ற வீடுகளில் அந்த நடு வீடு திறக்கப்படாமலிருந்தது. 'கேட்' திறக்கும் சத்தமோ, கதவு திறக்கும் சத்தமோ வரவில்லை. வழக்கமாய் மெது மெதுவாய்த் தொடங்கி தெருவைக் கதிகலங்க அடிக்கும் தகராறு நடுவீட்டில் தென்படக் காணோம். ஒரு வாரமாய் இல்லை. காலையில் முற்றம் தெளித்து கூட்டிப்பெருக்கி கோலமிடும் பாஞ்சாலியம்மா தென்படவில்லை. இருபது வருசங்களாய் அவள் வேலைக்காரி இல்லாமலே கழித்து விட்டாள். காலை வேளையில் முற்றம் தெளித்துப் பெருக்கும் வேலை செய்கிறபோதுகூட பட்டுப் புடவையைத் தூக்கிச் செருகிக்கொண்டு தென்படுவாள். சாதாரண வெளி நடமாட்டத்திலும் பட்டு வகையறாவிலே அவளைக் கண்டார்கள். வீட்டு இலக்கத்தைச் சொல்லி யாராவது கேட்டு வந்தால் "பட்டுப் புடவைக்காரம்மா வீடா" என்று அடையாளம் காட்டினார்கள்.

தெரு முழுதும் மூன்று வேலைக்காரிகள் வேலை செய்து கொண்டிருந்தார்கள். அவளுடைய சொந்தங்கள், சிநேகிதிகள் ஆச்சரியத்தோடு பார்த்தார்கள். ஏன், முழுநேரமாய் ஒரு வேலைக்காரி வைத்துக் கொள்ளக்கூடாதா? கேட்டதற்கு, "வீட்டோட வைத்துக் கொண்டால் வேற வினையே வேண்டாம்" என்பது பதிலாக இருந்தது.

இது தொடர்பில், பத்துவருடங்கள் முன்பு நடந்த சம்பவம், நினைத்துப் பார்க்கையில் குமட்டியது. நடுத்தர வயதைக் கடந்திருந்தார்கள் கணவனும் மனைவியும்.

பத்து வருசங்கள் முன்னால் அன்னக்கிளி இந்த வீட்டில்தான் வேலை செய்து கொண்டிருந்தாள்.

நாற்பது வயதில் அவனுக்குக் காமக்கோட்டி பிடித்தது. அந்த விசயத்தில் பாஞ்சாலி போதுமான இணக்கம் காட்டாததுதான் அவனுடைய நடவடிக்கைகளுக்கு காரணம் என அவன் கருதினான். பாஞ்சாலி, அவனுடைய தீண்டலிலிருந்து விலகி, பக்தி மார்க்கத்தில் கொஞ்சம் கொஞ்சமாய் நகர ஆரம்பித்திருந்தாள்.

அவன், அவளால் வரும் சித்திரவதையைக் கடக்க முற்பட்டான். வீட்டுவேலை செய்ய காலையில் வந்த அன்னக்கிளியை நேரடியாகக் கேட்டுவிட்டான். அன்றைக்கு பாஞ்சாலி இல்லை. பாஞ்சாலி என்ற பெண்ணின் உணர்வை மட்டுமல்ல, அந்த இன்னொரு பெண்ணின் உணர்வைக்கூட அவன் கருதிப் பார்க்கவில்லை. என்ன மாதிரியான சமாதானங்கள் இருந்தாலும், ஆயிரத்தெட்டுக் காரணங்களிருந்த போதும், அவையெல்லாம் அந்தக் குணமும் தன்மையும் ஆண் என்பதினாலே விளைந்தன. அப்போது அன்னக்கிளி தீப்பெட்டி உரசி, அடுப்பேற்றிக் கொண்டிருந்தாள். காலையில் வந்ததும், அவனுக்கும் சேர்த்து தேநீர் வைப்பாள். அவள் இன்னொரு குச்சியை உரசி எரியும் அடுப்பில் போட்டுவிட்டு,

''அந்த வேலையெல்லாம் வேண்டாம்'' என்றாள், அவன் முகம் பார்த்து.

''ஒங்க அக்கா ஒண்ணுமே கொடுக்கா மாட்டேங்குறா''

''அதுக்கு நா ஆளா? அந்த நோக்கத்தை விட்டுருங்கண்ணே''

அவனை அண்ணன் என்றும், பாஞ்சாலியை அக்கா என்றும்தான் அழைத்தாள். அவனுக்குத்தான் புத்திமாறிவிட்டது. அதன்பிறகு அக்கா இல்லாதபோது,ஒருநாள் அன்னக்கிளி சிரித்தபடியே சொன்னாள்.

''அண்ணா இன்னைக்கு என்ன நடந்தது தெரியுமா ?''

அவன் ஆச்சரியமாக அவளை நோக்கினான்.

மாடியில் ஒருஅறை. பழைய புத்தகங்களும், எடைக்குப் போடவிருக்கிற பழைய செய்தித்தாள்களும், தட்டுமுட்டுச் சாமான்களுமுள்ள அறை. வாரம் ஒரு தடவை அன்னக்கிளி பெருக்கி துடைத்து விடுவாள். தூங்குகிறபோது திடீரென விழிப்புத் தட்ட பாஞ்சாலி தடதடவென மேலேறி வந்தாள். இவள் கதவைச் சாத்தித் துடைத்துக் கொண்டிருந்தாள். கதவு சாத்தியிருந்ததைக் கண்டதும் சந்தேகம் பொங்கியது. படீரெனக் கதவைத் திறந்து,

''அண்ணன் எங்கேமு?'' என்றாள் அரக்கப்பரக்க.

''இல்லையே அக்கா, நா பாக்கல''

நம்பிக்கையற்று கழிப்பறை, குளியலறைகளைத் திறந்து பார்த்தாள். பின்கதவைத் திறந்து பால்கனியில் தேடினாள்.

''அண்ணன் எங்க போனாரு?''

''ஒங்களுக்குத்தானே தெரியும்கா''

அவள் தூங்கிக் கொண்டிருக்கையில் எழுப்பி காலை நடை போய் வருவதாகச் சொன்னது 'சட்'டென்று ஞாபகம் வர,

''சரி, நீ பத்திரமா இரு'' சொல்லிவிட்டு கீழே போனாள்.

விவரித்த அன்னக்கிளி சிரித்தபடி ''நீங்க பத்திரமா இருங்கண்ணே'' என்று சொல்லி நகர்ந்தாள்.

ஆனபோதிலும், அவன் மீதான நம்பிக்கையின்மையுடன் கூர்ந்து கவனிக்கப்பட்டுக் கொண்டிருந்தான். அவர்கள் இரண்டு பேர் மேலும் ஒரு கண் இருந்தது அவளுக்கு. சந்தேகமாய் கள்ளப் பார்வை வீசுதல் கூடிக்கொண்டு போனது.

ஒரு நாள் அன்னக்கிளி வீடுகளில் வேலை முடித்துத் திரும்புகையில், தெருவில் எதிர்ப்பட்டான். நிறுத்திச் சொன்னாள்.

''சட்டி உடைஞ்சிருச்சி'' (வேலையிலிருந்து நிறுத்தியாச்சு) என்றாள் வீட்டுப்பக்கம் சைகை காட்டியபடி.

''அப்படியா?''

அவன் திகைத்து நிற்கையில் அன்னக்கிளி கடந்து போயிருந்தாள்.

4

சொல்லாமல் செய்யாமல் கிராமத்துக்கு வந்தாகிவிட்டது. அய்ம்பத்தைந்து வயதுள்ள துரையப்பா, உடமைகளை பெரிய பெரிய பெட்டிகளில் அடைத்துக் கொண்டு கார் பிடித்து வந்து நின்றார். காரில் ஏறியபோது தெரு மதியத் தூக்கத்திலிருந்தது. ஞாயிற்றுக்கிழமைத் தூக்கம் அனைவருக்கும் தேவைப்பட்டிருந்தது.

தனித்தனி வீடுகளுள்ள தெருக்களில் ஞாயிறுகளில் மதியம் 2.30 முதல் மாலை ஆறு மணி வரை எதுவும் நிகழ்த்திக் கொள்ள அந்த அமைதி பெருந் தோது. இருபது வருசங்கள் முன் புதிதாய்க் கட்டிய வீடுகளில் தொலைகாட்சி இல்லை. குறிப்பாய் அப்போது தனியார் தொலைக்காட்சிகள் தலைகாட்டியிருக்கவில்லை. தூர்தர்ஷன் என்ற அரசுத் தொலைக் காட்சி ஒன்றே ஒளிபரப்பு. வெள்ளி ஒளியும் ஒலியும், ஞாயிறு பிற்பகலில் மலரும் நினைவுகள், மாலை தமிழ்த் திரைப்படம். அந்த நேரத்தில் தெருவில் சாலையில் ஒரு குஞ்சு குருமான் நடமாட்டம் தென்படாது.

20 வருசம் முந்திய ஞாயிற்றுக்கிழமைக்கும் இப்போதைய ஞாயிறுக்கும் பெரிய வித்தியாசம் வந்துவிட்டது. இன்று கேபிள் மூலம் எல்லா வீடுகளிலும் தனியார் ஆட்டம். நட்ட நடுப் பகலில் தெரு அறியாமல், நண்பர்கள் அறியாமல் நாடு கடந்து வந்தது போல் பெங்களூரிலிருந்து வர முடிந்தது.

கிராமத்தை அடைந்தபோது நேரக்கணக்கு சரியாக இருந்தது. ஊர் அடைந்து போயிருந்தது. கிராமத்தின் பாதைகளை சில்வண்டுகளும், மின்னாட்டம் பூச்சிகளும் முற்றுகை செய்திருந்தன. கம்மாய்க்கரைப் புளியமரத்தில், அத்தியில், ஆலமரத்தில் அடைந்திருந்த பறவைகள் கலவரமடையவில்லை. கண்ணுக்கு நேர் வெளிச்சம் பட்ட நாய்கள் ஒளியடிப்பு தாங்காமல் கத்தின. இரவு முற்றத்தில் கோடை வெப்பத் தணிப்புக்காக உட்கார்ந்திருந்த சித்தப்பாவும், சித்தியும் கார் வெளிச்சம் தங்களை நோக்கி வருவது கண்டார்கள். துரையப்பா காரிலிருந்து இறங்கியதும் 'வாய்யா' என்றார்கள்.

அவளை ஏன் கூட்டி வரலை என்ற கேள்வி அவர்களுக்குள் கொக்கி போட்டது. தொலைத்துவிட்ட வாழ்க்கையை மீள எடுத்துவர முடியாது என்பதை வெளிப்படையாக்குவது போல்,

"எல்லாத்தையும் முடிச்சிட்டு வந்தாச்சி சித்தப்பா" என்றான். எல்லாவற்றையும் அத்துப் போட்டுவிட்டு, எதுவும் வேண்டாமென ஒதுக்கிவிட்டு வந்துவிட்டதாகத் தெரிவித்தபோது, சித்தப்பா, சித்தியோட முக நடமாட்டத்தைக் கூர்ந்து ஏறிட்டார் துரை.

அவர்கள் படிக்காத சாதாரணர்கள் அல்ல. படித்திருந்த போதும், கல்வி என்பதை யாந்திரீகமான அடையாளமாய் ஆக்கிய, சிந்திப்பு இல்லாத கூட்டமும் இல்லை. கிராமத்தில் முதல் படிப்புக்காரர்கள் அவர்கள்தாம். படிப்புக்கேத்த குணவாகு கொண்டவர்களும் அவர்களே. படிப்பா, குணவாகா எது முதலில் வந்து சேர்ந்தது என்பதை எந்தக் கணக்கனாலும் தீர்த்துவிட முடியாது. உயர்நிலைப் பள்ளித் தலைமையாசிரியராகி ஓய்வுபெற்றவர் சித்தப்பா.

அவர்கள் எல்லோரும் அவனைத் தெரிந்திருந்தது போல பாஞ்சாலியையும் அறிவார்கள். அவர்கள் அனுபவப்பட்ட அவமானமும், அவலமும் அவர்கள் யோசிப்புக்குள் உலவியிருக்கும்.

அவர்கள் பெங்களூர் வந்திருந்தார்கள். ஒரு தடவையாவது கால் மிதித்துவிட்டுப் போய்விடும்படி துரையப்பா பத்துவருசமாய்ச்

சொல்லிக் கொண்டிருந்தபோதும் கேட்காதவர்கள், இப்போது முதன் முதலாக அவள் கேட்டதும், பெங்களூருக்கு வந்து விட்டார்கள்.

இணக்கப்பாடில்லாத குடும்பத்துக்குள் நுழைய அவர்கள் இஷ்டப் படவில்லை. குடும்பத்துக்குள்ளிருந்து ஒற்றுமைப்பட்ட குரலாக வரவில்லையென்பதும் அறிந்தார்கள். அவளில்ல மனம் திறந்து கூப்பிட வேண்டும் என்று எண்ணினார்கள்.

''அண்ணனும் வாங்க, வாங்கன்னு கூப்பிட்டாரு. ஆயிரம் தடைவ சொல்லியிருப்பாரு. நமக்குத்தான் தொண்டைத் தண்ணிகாயுதுன்னு விட்டிட்டாரு. மருமக ஒரு தடைவ வாங்கன்னு கூப்பிட்டதும் ரெக்கை கட்டிப் பறக்கிறீங்களே தாயி''

ரயிலில் உட்கார்ந்ததும் கனகமயில் சடைத்தாள்.

கொஞ்சகாலம் முன்னால் ஊருக்கு வந்திருந்து உற்சாகமாய் கூப்பிட்ட பாஞ்சாலிக்கும் இந்தப் பொழுதில் நேரெதிரில் பார்க்கும் பாஞ்சாலிக்கும் பாரிய வித்தியாசம் விழுந்திருந்தது. முகமலர்ச்சியை எங்கேயோ ஒளித்து வைத்து விட்டாள் என்று தேடிப் பிடிக்க வேண்டி வந்தது. அல்லது அதற்கு முந்திய இரவு குடும்ப வானம் மப்பும் மந்தாரமுமாய் இருந்து, இடி இடித்திருக்க வேண்டும். காரணத்தை தேடிக் காண வேண்டும்.

மறுநாள் குமரசேன் சித்தப்பா பேசினார், ''இங்கன லால்பாக் பக்கத்தில என் தங்கச்சி மகன் இருக்கான். அங்க போய் தங்கிட்டு, ஊர் புறப்படறோம்''

தங்கச்சி மகன் என்பது ஒரு சாக்குத்தான். அவர்களுக்கு உடனே புறப்பட்டுவிட வேண்டுமென்பது தீர்மானமாகி விட்டது.

அவள் வெளியே போய்த் திரும்பியபோது அவர்கள் போய்விட்டார்கள்.

''எங்க அவங்க இல்லையா?'' அவன் கேட்டான்.

"அவங்க போய்ட்டாங்க"

அவள் அதுபற்றி அதிகம் கவலைப்படவில்லை. அவளுக்கும் உறைத்திருக்குமாதலால் அதைப் பற்றி கேள்வி வரவில்லை. அவர்களுடன் பேசியது, சாப்பாடு போட்டது அன்றைக்கே முக்கியமான வேலை என்று அவள் வெளியே புறப்பட்டது - யாவும் ஒப்புக்காய் அரங்கேற்றப்பட்டவை என்பது அவர்களுக்குப் பிடிபட்டுப் போயிற்று.

கிராமத்து இருட்டு காவலிருக்க மங்கிய வெளிச்சத்தில் எதிரிலுள்ள முகங்களை துரை பார்த்தார். எண்ணிக்கையில்லா அளவில் நினைவுகள் குளத்து மீன்கள் போல் நீருக்குள் முழுகுவதும், நீர்ப்பரப்புக்கு மேல் வந்து வாயை வாயைத் திறப்பதுமாக இருந்தன. அதே மாதிரி சித்தப்பா, சித்திக்குள்ளும் அவர்களுடைய அனுபவ மீன்கள் ஒன்றிரண்டு மேல வந்திருக்க வேண்டும்.

"வரட்டும், வராமலா போயிருவா" சொன்னவள் கனகமயில்.

இனிமேல் அவளைக் காண்பதோ, கண்டுவிட்டால் நாலு வார்த்தை நாக்கைக் பிடுங்கிட்டுச் சாகிறமாதிரி கேட்பதோ சாத்தியமேயில்லை என்பது போல் கைப்பாய் சப்புக் கொட்டினாள்.

"நீ சொல்லீட்டு வந்திருக்கணும்" என்றார் சித்தப்பா.

பேச்சு வார்த்தை நீங்கி ஒரு வருசமாகிறது. வெளியே எங்கு போனாலும் ஒருவருக்கொருவர் சொல்லிக் கொள்வதில்லை. ஒருவேளை சொல்லிக்கொண்டு கிளம்பியிருந்தால் என்ன நடந்திருக்குமென நினைத்த துரையப்பா ஒரு கணம் நடுங்கிப்போனார்.

அவள் பக்திப் பழமாகிப் போனாள். கோயில், குளம், வடநாடு, தென்னாடு என்று காணாமல் போனாள். தஞ்சாவூர், திருச்சி, ஸ்ரீரங்கம், திருநள்ளாறு சனிஸ்வரன் என்று தன் சிநேகிதகளுடன் பயணம் போயிருந்தாள். அவள் பக்தி மார்க்கத்தில் போயிருந்த வாரத்தின் ஒரு நாளில்தான், அவர் பெங்களூரை விட்டு வெளியேறினார்.

எல்லாத் தளைகளிலிருந்தும் உடைத்து வெளியேறி, இப்போது தனக்குரிய சுதந்திரவெளியை அடைந்தாகிவிட்டது. கிராமத்தில் எழும்பி வரும் கேள்விகளை எதிர்கொள்ளத் தொடங்கினார்.

''ஏன் இங்க வந்தீட்டீங்க?''

துரையப்பா கிராமியச் சூழலை பதிலாக வைப்பார். அசுத்த மண்டலமாக நகரம் சிதைந்து உருமாறி வருகிறது. ஒரு நகரமும் வாழத் தகுதியாயில்லை. பிழைக்க மதியத்தவர்கள் நகரத்தில் இருக்கலாம். காற்றுகூட பில்டர் பண்ணப்பட்டு (வடிகட்டிய காற்று) விலைக்கு வருகிறது. புயல்காற்று, விசுவிசுவென்று வீசியதுபோல், பன்றிக் காய்ச்சல் பரவியபோது, தெருவில் நடக்கிறவர்கள் எல்லோரும் கிருமிகளை வடிகட்டும் பில்டரை மூக்கில் மாட்டிக்கொண்டு அலைந்தோம் என்றார்.

''நாங்க வேற மாதிரியில்லே நெனைப்பு வச்சிருந்தோம்'' என்றார்கள்.

நிதர்சனத்தில் அந்த வாழ்க்கையைத் தீண்ட முடியாதிருந்தாலும், நகர வாழ்க்கையின் ஈர்ப்பு மனசில் முற்றுகையிட்டிருந்தது. வளர்ச்சியோ சலுகையோ எதுவானாலும் முதலில் நகரத்தை வந்தடைகிறது என்று கருதினார்கள். அவர்களின் நகரம் பற்றிய கற்பனையை, அவரால் சிதைக்க முடியவில்லை.

முப்பது வருசக் கொடூரத்திலிருந்து அவர் தப்பி வந்து விட்டார்.

''தனித்தனின்னு ஆகியாச்சு. பிள்ளங்க கதி என்னன்னு பாத்திங்களா?''

''அவங்கவங்க பெழைச்சிக்கிருவாங்க. செறகு முளைக்கச் செஞ்சாச்சி, பின்ன என்ன?''

ஆக்ரோசமாய் வளர்ந்த திரண்ட விருட்சத்தின் கீழ் மிரண்டுபோய்ப் பார்க்கும் குத்துச் செடிகளும், படர்செடிகளும் போல் அவளது அரட்டில்தான் பிள்ளைகள் வளர்ந்தார்கள். குறைந்தது

பிள்ளைகளிடமாவது பிரியம் காட்டி இருக்க வேண்டும். ஒருத்தரிடமாவது பாசம் கொள்ளவில்லை. தானே எல்லாம், தான் வைத்தது சட்டம் என்றுதான் அந்த விருட்சம் வளர்ந்திருந்தது. சில குடும்பங்களில் கணவன் மேலுள்ள வெறுப்பில் பெண்கள் பிள்ளைகளை தன்பக்க ஆதரவாக ஆக்கிக்கொள்வார்கள். பையன்கள் இருவருக்கும் அந்தக் கொடுப்பினை இல்லை.

எந்த நேரத்தில் என்ன செய்வாளென அனுமானிக்க முடியாத நடவடிக்கைகள். எல்லாவற்றையும் கூட்டிக் கழித்து ஒரு நாள் துரையப்பா சொன்னார், ''அவ ஒரு படிச்ச ரௌடி''

இப்போது ஞாபகத்துக்கு வர நெற்றிப் பொட்டை அழுத்தித் தேய்த்தார். ''அவங்க சுய சிந்திப்போட வளர்ந்துட்டாங்க சித்தப்பா, இனிமே அவங்க யாரும் நம்மளைத் தேட மாட்டாங்க''

''தனித்தனியாய் ஆகிட்டிங்களேங்கிறது எங்க கவலை. இந்த வயசில ஒண்ணுக்கொண்ணு துணையாய், ஆதரவா இருக்கணும். இந்த வயசில தனித் தனியாப் பெரண்டுக்கிட்டீங்க. என்ன இருந்தாலும் நீ அவளைத் தனியா விட்டுட்டு வந்திருக்கக்கூடாது''

''அவதான விரட்டுனது சித்தப்பா''

''அப்பா, அண்ணனாங்காட்டி இவ்வளவு வருசம் தள்ளினாரு. வேறொருத்தரா இருந்தா இந்நேரம் கொன்னு குழியில தள்ளிட்டு வந்திருப்பாங்க'' கொதித்தாள் கனகம்.

''இவ வேற, அப்பப்ப அரிவாளைப் போடுவா. ஒண்ணு மண்ணா சேத்து வைக்கிறத விட்டுட்டு, எங்க போய் நின்னு பேசுறா?'' சித்தி சலிப்படைந்தாள்.

''வா தாயி வா, மருமகளுக்கு ஏத்திட்டுப் பேசுறா, அதான் போய்ப் பாத்தமில்லே. எக்கேடு கெட்டாவது போங்கன்னு நம்ம போன அன்னைக்கே பரதேசம் போயிட்டாளே, மறந்திருச்சா, முக்காடு போட்டுத் திரும்பி வரலே''

எல்லார் பேச்சையும் உள்வாங்கிக்கொண்டு மறுமொழி அளிக்கற பழக்கம் குமரேசனுக்கு. மறுத்துப் பேசுவதாகவோ இடைவெட்டு வெட்டுவதாகவோ இருக்காது. எதிரில் பேசிக் கொண்டிருக்கிறவரின் முகமும் வேகாது.

''நீ சொல்றது சரிதான் கண்ணு'' என்றார் மகளைப் பார்த்து.

''நம்ம ஒருத்தங்க ஒரு நேரத்தில பட்ட அனுபவத்தை வச்சி முடிவுக்கு வரக்கூடாது. அது ஒண்ணுதானா வாழ்க்கையைத் தீர்மானிக்குது?''

''பின்னே, அண்ணன் பேர்லயே குத்தம் வைக்கிறதா, அந்த மதினியை நெனைச்சுப் பாக்கிற மாதிரி அண்ணனை நெனைச்சீகளா? அந்த மதினி இந்தக் குமட்டில குத்தி அந்தக் குமட்டிலே எடுத்திருவா, அண்ணனுக்கில்லே தெரியும்''

''என்ன இருந்தாலும் அவ பொம்பளைம்மா, பொம்பளை கஷ்டம் பொம்பளைக்குத் தான் தெரியும்''

சொன்ன சித்தியைப் பார்த்து, சொடக்குப் போட்டுக்கூப்பிட்டு, ''எங்க, எங்க அங்க பாத்துச் சொல்லு'' என்று அப்பாவைக் சைகை காட்டினாள். எல்லோரது சிரிப்பையும் ஏந்தி பொழுது பளபளத்தது.

''எது செஞ்சாலும் பொம்பள பேர் தான விழும்'' என்றார் சித்தப்பா அமைதியாக.

'யாருக்கு வேணுமின்னாலும் இரக்கப்படலாம். ஆனா இவளுக்கு இரக்கப்படவே கூடாது. நெஞ்சுக்குள்ள இருக்கிற எல்லாத்தையும் துடைச்சிட்டு நிக்கிறவ, நீங்க சொல்றது மத்தவங்களுக்கு சரி சித்தப்பா' என்று துரை மனசுக்குள் ஓடியது.

''புருசனை வச்சி வாழத் தெரியாதவ என்று பேசுவார்கள். உண்மைதான். அங்கங்கே புருசன் இல்லையே என்று கவலைப்படுகிறபோது, இவள் இருக்கிற புருசனையும் வச்சி

வாழமுடியலேயே என்று எதிர்ப்பாய்ச் சொல்லிக் காட்டுவார்கள்" என்றார். அவரோடு இணைவாய்ப் போன சித்தி "அவளுக்கும் ஒரு அரண் வேணுமில்லப்பா" என்று அமைதியாய்ப் பார்த்தாள்.

பெண்ணுடைய பாதுகாப்பு பற்றிய சிந்தனை படர்ந்தது. "ஒரு பெண்ணுடைய பாதுகாப்பு ஆண் கொடுத்துத்தான் வர முடியுமா? சமூகத்தில் மனித உயிரி என்ற அடிப்படையில் அவரவர் சுதந்திரமாக வாழக் கற்க வேண்டும். கல்வி, பொருளாதாரம், என்ற பின்னணி இருக்கிற ஒவ்வொரு பெண்ணும் சுதந்திரம் பெற்று விடுகிறாள். எதிர்வரும் வாழ்க்கையை எதிர்கொள்ள, காலூன்றி நிற்க வல்லமை கொள்கிறாள். துணிவு, திடம், முயற்சி என்ற வாளேந்தி வெற்றியை நோக்கிப் பயணிக்கிறாள் என்கிற யோசிப்பு குமரேசனுக்குள்ளாக ஓடிக் கொண்டிருக்கிறது. இந்த எல்லாப் பாதுகாப்பையும் செய்து விட்டுத்தான் பிரிந்து வந்தார் துரையப்பா.

"நீங்க போய்க் கூப்பிடலாமில்லையா?" என்று கேட்டவர்களிடம்

"அவரேதான் போனாரு. அவரே வரட்டும்" என்று பாஞ்சாலி சொன்னதாக சேதி வந்து சேர்ந்தது.

"அவ சொன்னது சரி" என்றார்கள் சித்தப்பாவும், சித்தியும்.

காற்றடிக்கும் திசையில் இல்லை ஊர்

இது படிக்கிற நேரம், இது எழுதுகிற நேரம் என்று அவரவருக்கு, அததுக்கு ஒரு நேரம் இருப்பதுபோல், கிராமங்களில் ஒவ்வொன்றுக்கும் ஒரு காலம் வருகிறது.

உழவு, விதைப்பு, களையெடுப்பு, பயிரடிப்பு, பீட்டை (உமி) கட்டுகிற காலம், கருது பால் பிடிக்கிற காலம், கருதறுப்பு, பிணையடிப்பு, வெள்ளாமை என்று பல காலகட்டங்கள் நேற்று வந்தன; இன்றில்லை.

அதுபோல் நாளின் பொழுதுகளும் விவசாயப் பொழுதுகளாய் இருந்தன. கோழி கூப்புடுற நேரம், சாமக்கோழி கூப்புட, தலைக்கோழி கூப்புட, முத்தம் தெளிக்கிற நேரம், சங்கு ஊதுகிற நேரம், பால் கறக்கிற நேரம், ஏர் பத்துற நேரம், கிடை பத்துற நேரம், மறுமாடு விடுற நேரம், மஞ்ச வெயில் அடிக்க, ஏர் திரும்ப என்று விவசாயத்தால் பொழுதைக் கணக்கிட்டார்கள்.

பருவ மழைதான் விவசாயத்துக்கும், விவசாயிகளுக்கும் உயிர். பருவமழையைக் காற்று தீர்மானிக்கிறது. காற்றுக்கும் அவர்கள் பெயர் இட்டார்கள். உப்பங்காற்றில் மழைக்கு அதிகாரமில்லை என்பார்கள். பிள்ளை வித்தான் காற்று, சருகு அரிச்சான் காற்று என்று பெய்யும் காலத்தில் பெய்யாமல் மழையைக் கெடுத்த, வழக்கத்துக்கு மாறாக

கீழ்த்திசையிலிருந்து வீசும் காற்றை இப்படிப் பெயரிட்டுச் சொல்வார்கள்.

வெள்ளாமை வீடு வந்து சேருகிறவரை ஒவ்வொரு கட்டத்திலும் சம்சாரி உயிரைப் பிடித்துக் கொண்டுதான் காத்திருப்பான். ஒரு பருவம் முடிந்து அடுத்த பருவமும் கடக்க நெஞ்சு பதக் பதக்கென்று அடித்துக் கொள்ளும். பத்து மாதச் சூல் போல்தான் அந்த மகசூல். வீடு வந்து சேரும்வரை ஒண்ணுக்கு ரெண்டுக்குப் போவதும் தன்னறியாமல் நடக்கும்.

சம்சாரி 'அக்கடா' என்று இளைப்பாறுகிற கட்டத்தில்தான் ஆடிக்காற்று வீசி, படுனி வரத் தொடங்குகிறது. ஆடிக்காற்று கொப்பளித்து அடிக்கிறபோது, மணலை வாரித்தூற்றி மனித நடமாட்டத்தைத் தடை செய்கிறது. விறகுக் கட்டு, புல்லுக் கட்டு, சோளத் தட்டை, கம்மந்தட்டை, தலைச்சுமை எடுத்துப்போக முடியாது. எதிர்க்காற்று இழுத்துக் கீழே தள்ளிச் சரிக்கும். காற்றுப் போகிற போக்கிலும் சுமை தூக்கிப் போக முடியாது. காற்றடிக்கிற திசையில் இல்லை ஊர்.

ஆடியில் பனைகளுக்குக் கொண்டாட்டம். தலையையும் கையையும் ஆட்டி ஆட்டி காற்றைக் கூப்பிட்டுக் கொள்கின்றன. குழந்தை முகம் மோதியதும் கசியும் தாய்மார்பு போல், தட்டித் தட்டி நீவிக் கொடுக்கும் காற்றில் பனை தனது கக்கத்தில் இடுக்கிய முட்டிகளில் பதநீர் சுரப்பு பீய்ச்சியடிக்கிறது.

''மதுரை வந்தால் இங்கு வந்து போவது பற்றி யோசியுங்கள். இந்த சீசனில் பதனீர் நன்றாக இருக்கும். மே மாத விடுமுறையில் என்னைத் தவிர நம் வீட்டில் எல்லோரும் ஒவ்வொரு திட்டம் வைத்திருக்கிறார்கள். இயற்கை உணவுப் பயிற்சிக்கு ஒரு நல்ல வாய்ப்பு என்ற ரீதியில் என் சிந்தனை ஓடிக் கொண்டிருக்கிறது. நீங்களும் வாருங்கள். பதநீர், பழங்கள், தேங்காய், முளை கட்டிய கம்பரிசி என்று சாப்பிட்டுப் பார்க்கலாம்''

தரைக்குடியில் ஆவணி கடைசி செவ்வாய் பொங்கல். பொங்கலுக்கு மறுநாள் புதன்கிழமை எருதுக் கட்டு நடக்கும். எருதுக் கட்டுக்கு வீட்டுக்கு வீடு வண்டிமாடு. போக்குவரத்துக்கு வசதியாயிருக்கும். எருது கட்டு முடியும்வரை பதநீர் சுரப்பு வரும்.

முந்நூறு மைல்களுக்கு அப்பாலிருந்தாலும், தனதிடத்தில் விளைகிற பொருள்களைக் கொண்டு ஒருவனை உபசரிக்க அழைக்கத் தோன்றுகிற அவர்தான் எஸ்.எஸ். போத்தையா. தங்கம்மாள்புரம் கரிசல்காட்டின் கடைசி எல்லை. அந்த ஊரில் கரிசல்காடு முடிந்து செவக்காடு ஆரம்பமாகிறது. ஊருக்குக் கிழக்கே கண்ணுக்குத் தெரிந்த இடமெல்லாம் செம்மண் தேரிகள். தோள் மேல் குழந்தையைத் தூக்கி நடக்கும் தகப்பன் போல், தேரி மேடுகள் மேல் பனை விடலிகள், நடைக்கேற்றபடி குழந்தை தலையாட்டம் போடுவது போல், மெல்லவோ பலமாகவோ காற்று வீச்சில் தோதாக ஆடின. நான் போனபோது தரைக்குடி எருதுக் கட்டைத் தவற விட்டிருந்தேன். எருதுக் கட்டு தாண்டித்தான் போக முடிந்தது. ஆனால் தங்கம்மாள்புரத்தில் ஊர்த் தேவதைக்குப் பொங்கல், மூன்று நாள் விமரிசையாக நடக்கும். தங்கம்மாள்புரம் போய் இறங்கியபோது, பேருந்து நிறுத்தத்துக்குப் பக்கத்திலேயே பனைஓலை அடைத்த தேநீர்க்கடை உள்ளே நுழைந்தேன்.

அவர் பெயர் சுரண்டி. அது வைத்த பெயர் இல்லை. இடையில் உண்டான பெயர். அந்தப் பெயர் உண்டானதற்கான பூர்வீகம் தேடிப் போனால், ஒரு பெரிய கதை இருக்கும் என்று தெரிந்தது.

இளஞ்சூடாயிருந்த வடையை எடுத்து சுரண்டி வாயில் வைத்தார்.

''எலும்பு கடிக்கிற மாதிரி இருக்கு, வடை மாதிரி தெரியல''

''மாட்டுச் சவ்வு கடிக்கிறவங்களுக்கு அப்படித்தான் தெரியும்''

கடைக்காரார் பேச்சில் யதார்த்தமும் அதனோடு கொஞ்சம் எகத்தாளமும் சேர்ந்திருந்தது.

''மாட்டுச் சவ்வையாவது கறும்பீரலாம் போல. வடையை கடவாய்ப் பல்லுல கொடுத்து, அதக்கி அதக்கி கடிச்சிப் பாக்குறேன் முடியல''

''வடையை நாக்கில சாப்பிடணும்''

''ஒம்பேர்ல ஏதாவது தப்புச் சொன்னனா? வடை பேர்லதான் குத்தம் சொல்லணும். அது என்ன செய்யும் வாயில்லா சீவன்''

மற்றவருக்குப் பிடிக்காத விஷயத்தைச் சுரண்டிச் சுரண்டிக் கேட்பதால் அவருக்கு இந்தப் பெயர் ஏறியிருக்கக் கூடும். வார்த்தைக்கு வார்த்தை கூடிக்கொண்டு போன தருணத்தில், ''இனி காட்டுச் சோலிக்குப் போகவேண்டியதுதான்'' என்று சொல்லியபடி அவர் எழுந்து போனார்.

ஊருக்குள் பொங்கலின் அலங்காரங்கள் பேசின. அந்த மூன்று நாளும் உழைப்பாளி தைப்பாறிக் கொள்வான்.

ஊர்த் தேவதை பெத்தனாட்சியம்மனுக்கு ஒரு மாதத்துக்கு முன்னால் முதல் செவ்வாய்க்கிழமை காப்புக் கட்டிவிட்டார்கள். ஊருக்குள், பொங்கல் சாட்டி, இரண்டு நாள் முந்தி ஊரெல்லாம் தெருவை மறித்து வேப்பிலைத் தோரணம் கட்டினார்கள். கோயிலுக்கு முன் தென்னந்தட்டிப் பந்தல். வீட்டுக்கு வீடு புதுத் துணிமணி. முதல் நாளே உறவினர், விருந்தினர் வந்தாகிவிட்டது.

அன்றைக்குக் காலை போத்தையா அண்ணாச்சி சோர்வாகத் தெரிந்தார். வாய் நிறையச் சிரித்து வரவேற்க சக்தியில்லை. ஒரு வாரம் விரதம் இருந்து வருகிறார். ஊருக்கு முதல் மரியாதை அவர் வீட்டுக்கு! இதை முதல் மன்னணை, இரண்டாம் மன்னணை, மூன்றாம் மன்னணை என்று சொல்கிறார்கள். ஒவ்வொரு நாளும் வெள்ளென எழுந்து, குளித்து கோயில் போய் பூசை முடித்து மதியம் விரதம் இருக்கிறார். மறுபடி மாலையில் வழிபாடு, முதல் மன்னணைக்குரிய கடமைகளை நிறைவேற்ற வேண்டுமாம்.

தேரியில் காலை அமைதி, பனங்காட்டுச் சலசலப்பு இல்லை. பனைகள் எல்லாம் கைகூப்பி கும்பிட்டுக் கொண்டிருந்தன. காற்று என்ற வாத்தியார் மரணம் எய்தி விட்டதால் துக்கம் காக்கும் வகுப்பறை போல் நின்றன. போத்தையா அண்ணாச்சிக்கு வரத் தோதுப்படவில்லை. என்னுடன் இன்னொரு தம்பியை அனுப்பினார். பனங்காட்டுக்கு நடந்தோம்.

இளம்பனைகளில் பதநீர் சுவையாய் இருக்காது. நீர்ச்சத்து அதிகம் இருக்கும். வயது முத்தின பனைகளில் பதநீர் அமிர்தமாய் இருக்கும். சாயந்தரம் நல்ல கடற்காற்று. கடற்காற்று வீசி வீசி பதநீர்ச்சுவை கூடிவிடும். மழை அறவே கூடாது. மழை சொரியச் சொரிய பதநீர் சுரப்பு மாற்றம் கண்டுவிடும். புரட்டாசி, ஐப்பசி மாதங்களில் சுரப்பு இல்லாமல் போகுமானால், மழை அது வேலையைக் காட்டிவிட்டது என்று அர்த்தம். என்னுடன் தேரிக்காட்டுக்கு வந்த தம்பி வேலப்பன் சொல்லிக்கொண்டே வந்தார்.

கருகருவென்ற பனைகளும், செவப்பாய் அவைகளைத் தாங்கிய செம்மணல் தேரிகளும், பனைகளுக்கும் தேரிக்கும் இடையில் இத்தொழிலை நம்பி, பிஞ்சி பிஞ்சிப் போன வாழ்க்கைக்குள்ளும் நடந்தோம். ஒரு பனை உச்சியில் பூச்சி போல் தொங்கிக் கொண்டிருந்தார் அவர். பாளையைச் சீவி முட்டியைக் கட்டிவிட்டு கீழிறங்கி வந்தார். முப்பத்தைந்து வயதைத் தொடும் வாலிபர். 150 பனைகளைக் குத்தகைக்கு எடுத்துத் தேரியில் குடிவந்திருக்கிறார். அதிகம் பதநீர் வரத்துள்ள காலத்தில் இப்படி குத்தகைக்கு எடுத்து குடும்பத்துடன் தேரியில் குடிவந்து விடுவார்கள். 150 பனைகளும் சுரப்புக் கொடுத்து நிற்கிறபோது ஒரு தனி ஆள் 150 பனைகளையும் ஏறித் தீர்க்க முடியாது. காலை ஒரு தரம், மதியம் ஒரு தரம். மீதிப் பனைகளை சாயந்தரம் தொடங்கி கண்மங்குகிற வரை செய்து முடிக்கிறார்.

காட்டுச் சோலிக்குப் போகணும் என்று தேநீர்க் கடையிலிருந்து எழுந்து வந்த சுரண்டி அங்கே நின்றிருந்தார். மாசி, பங்குனி, சித்திரை, வைகாசி நான்கு மாதங்களுக்குப் பனையேத்தம் மும்முரமாய் இருக்கும். ஒரு நாளைக்கு முப்பது கிலோ கருப்பட்டி விழும். அந்த நாட்களில் வேத்துத் தொழிலுக்குப் போக முடியாது.

பனைச் சொந்தக்காரர்களுக்கு நாளொன்றுக்கு பத்து கிலோ கருப்பட்டி வீதம் தந்துவிட வேண்டும். மொத்தம் 250 கிலோ கருப்பட்டி குத்தகை. பதநீர் வரத்து அதிகமாயுள்ளபோது கொடுத்துத் தீர்த்து விடுகிறார். குத்தகை கொடுத்துத் தீர்த்துவிட்டால் பிறகு கவலையில்லை.

பதநீர் அருந்தலாகிக்கொண்டு வருகிறது. சுரப்புக் கொடுத்த மரங்களின் எண்ணிக்கையும் குறைந்து வருகிறது. சன்னஞ் சன்னமாய் குறைந்து இன்றைய தினத்தில் ஏறவேண்டிய மரங்கள் ஐம்பதுக்கும் குறைவு.

மண்டையடி இப்போது ஆரம்பமாகியது. பனையேத்தம் குறையக் குறைய அன்றாடம் வேற தொழில் என்ன கிடைக்குமோ அதுக்கு ஓடவேண்டும்.

''பொங்கலுக்குப் போகலையா?''

அண்ணாச்சி என்ற வார்த்தை வட்டாரத்துக்கு உரித்தானது. அந்த வார்த்தையை சுரண்டி தவிர்த்தார். பனையேறிகள் எந்த சாதிக்காரர்கள் என்பதை அவர் அறிவார். என் பக்கம் திரும்பி சுரண்டி சொன்னார், ''இவர் டி. ராசேந்தர் ஆட்டம் நல்லா ஆடுவாரு''

முதல் நாள் முளைப்பாரி எடுப்பார்கள். பயபக்தியோடு முளைபோட்டு பெண் குழந்தைகள் கும்மி அடிக்கும். இரண்டாவது நாள் உள்ளூர் இளைஞர்கள் ஆடும் ஒயிலாட்டம், சிலம்பாட்டம், மூன்றாவது நாள் வில்லுப்பாட்டு. இப்போது அது அருகி வருகிறது.

நவதானியங்கள் காணாமல் தொலைந்து போய்விட்டது போல் அவர்களின் கலைகளும் காலாவதியாகி வருகின்றன.

இது புது ஆட்டம். இசைத்தட்டு நடனம். யாரோ ஒரு நடிகர் வேஷத்தில் அந்தப் பாடலைப் போட்டு அவரைப் போல் ஆடுகிறார்கள். ஆணும் பெண்ணும் சேர்ந்து ஆடுவது போல் வரும் பாடல்களுக்கு, பக்கத்து நகரத்திலிருந்து ஆட்டக்காரி ஓரிருவரைச் சேர்த்துக் கொள்கிறார்கள்.

''நம்ம இங்ஙன பனங்காட்டுக்குள்ள கெடக்குறோம். ஊருக்குள்ளே என்ன நடக்குதுன்னு தெரியறதில்லே''

பனையேறி பெயர் இருட்டுப் பச்சை.

பச்சை பெற்றோர் வைத்த பெயர்.

இருட்டுப்போல் கறுப்பாக இருந்தார். இருட்டுப் பச்சையின் பேச்சில் ஊர்மேல் வருத்தம் தெரிந்தது.

''பொங்கல் நடக்குதுன்னு சொல்லியிருப்பாங்களே''

பொங்கல் நடக்கிறது என்று தெரியும். ஆனால் இசைத்தட்டு நடனம் இருக்குமென்று தெரியாது. முன்கூட்டியே அவருக்குத் தெரிந்திருந்தால் தயாராகியிருப்பார்.

''நா, டி. ராசேந்தர் ஆட்டம் நல்லாப் போடுவேன்'' என்றார்

வைரம் பாய்ந்த கருங்கடைசல் உடம்பு - பனை ஏறி ஏறி, இறங்கி இறங்கி கிண்ணென்று திறம் ஏறிப்போயிருந்தது.

''ஆளுல அழகு மன்மதனாம்
அதிக அழகு சென்னப்பனாம்
தோளுக்கு நாலுபேர் தூங்கப் பெலன்
தூங்கினாலும் இவர் தாங்கப் பெலன்
கடசல் பிடிபோலக் காலுக்கட்டு

கதலி வாழைத் தண்டுபோலத் தோளுக்கட்டு''

என்று எஸ்.எஸ். போத்தையா கண்டுபிடித்துக் கொடுத்திருந்த 'செவல்பட்டி சென்னப்பன் கும்மிப் பாடல்' வரிகளுக்கு சாட்சியாக அவர் வடிவம் தெரிந்தது. மரமேறி என்ற ரூபம் இல்லாமல் வாழ்வில் வேறெந்த ரூபம் கொண்டிருந்தாலும் ஆணழகன், மன்மதன் என்ற பெயர்களைத் தட்டிக்கொண்டு போயிருப்பார். சாமியாடி போல் வேட்டியைத் தார்ப்பாய்ச்சிக் கட்டியிருந்தார். வேட்டியைச் சுருட்டிச் சுருட்டி, தொடையில் பாதிக்குமேல் ஏற்றி வித்தியாசமாய் கட்டுக் கட்டியிருப்பது தெரிந்தது. இந்தத் தார்ப்பாய்ச்சிக் கட்டு, தொழிலுக்கு ஏற்ற மாதிரியான உடைக்கட்டு. பிருஷ்டங்கள் மேல் வேட்டித் திரட்சி, கல்மேல் வரிவரியாகக் கடையப்பட்ட கோயில் சிலைகளின் ஆடைக்கட்டு போல் கலைப்பாங்கோடு தெரிந்தது. பின்புறத்தில் வேட்டியைக் கயிறு போல் சுருட்டி இடுப்பில் சொருகியிருந்தார்.

அசப்பில் டி. ராசேந்தர்தான். ராசேந்தரின் ஊளைச் சதையை உருவி எடுத்துவிட்டால், உருவக் கட்டு இவருடையதே. முடியை வெட்டி குறுகத்தரித்து விட்டதற்காக வருத்தப்பட்டார். டி. ராசேந்தர் போல் நீண்ட முடி வைத்திருந்ததாகவும், ஆட்டம் நடக்கும் என்று முன்கூட்டியே தெரிந்திருந்தால், முடி வளர்த்திருக்க முடியும் என்றும் தெரிவித்தார். சாயல்குடியில் போய் ஒப்பனைக்காரனிடம் வாங்கி தாடி ஒட்டவைத்துக் கொள்ள முடியும். முடியைக் தறித்து வெட்டியதுதான் ரணவேதனையாக நிமிண்டி எடுத்தது அவரை.

''மேக்கப் மேன் கிட்டயே டோபா வாங்கி வைத்துக் கொள்ளலாமே, என்ன?''

சுரண்டி யோசனை சொல்கிறார்.

''என்ன இருந்தாலும் சொந்த முடி மாதிரி வருமா?''

செயற்கை முடி வைத்துக் கொள்ளும் யோசனையை அவர் நிராகரித்தார். பிடரியைச் சிலும்பிக் கொண்டு அதே வேகத்தில் இடது

கையால் முடியைத் தட்டிவிட்டு ஆடுவது இதெல்லாம் ஒப்பனை முடிக்குச் சாத்தியமில்லை.

''தட்டி விடுகிற வேகத்தில் கையோட வந்துட்டா?''

அவர் கேள்வி நியாயமானது.

மூன்றாவது நாள்தான் கலை நிகழ்ச்சி. டி.ராசேந்தர் ஆட்டத்துக்குரிய உடை தகரப் பெட்டிக்குள் தயாராய் இருக்கிறது. மடிப்பு சுருக்கம் நீக்க தேய்ப்புக்குக் கொடுக்க வேண்டும்.

''நாளைக்குள் தயாராயிருவேன்'' என்றார். அவருக்கு முன்னால் மூன்று முட்டிகள். முட்டிகளிலிருந்து கவிழ்க்கப்பட்ட பதநீர், ஒரு தகர டின்னில் நுரை கொப்பளித்துக் கொண்டிருந்தது.

இப்பவே நடித்துக்காட்ட முடியுமா என்று கேட்க நினைத்து எழுந்த நாக்கை உள்ளிழுத்துக் கொண்டேன். உடை, ஒப்பனை, தோரணை, இவையோடு கலைவேகம் கொண்ட நெஞ்சமும் கூடிவிட்டால், ஆட்டம் தன்னாலே பிறக்கும்.

ஆட்ட மேடை ஏறிவிட்டால் அந்த லாவகம் தானாகவே வந்துவிடும் என்ற நம்பிக்கை அவருக்கிருந்தது.

''நீங்கள் டி. ராசேந்தர் விசிறியா?'' நான் கேட்டேன்

அவர் டி. ராசேந்தர் விசிறி இல்லை. சிறுபிராயத்தில் அவருடைய நெஞ்சை வகிர்ந்து உள்ளிறங்கிய எம்.ஜி.ஆர். அவருக்குள் இன்னும் உட்கார்ந்திருக்கிறார்.

ஒவ்வொரு மனிதருக்குள்ளும் உயிர்ப்பு கொண்டு அசையும் கலை நாட்டம் அவருக்குள்ளும் அசைந்து கொண்டிருந்தது. அதே கலைவாழ்க்கையாய் அலைய அவருக்கு வாய்க்கவில்லை. அதனாலே இன்னும் கூடுதலாக துடிப்புடன் நிமிர்ந்தது.

பனையேறியின் மனதில் ஒரு கலைஞன் சம்மணம் போட்டு அமர்ந்திருக்கிறார். தேவைப்படுகிற காலத்தில் உள் வசிக்கும்

கலைஞனை வெளியே எடுத்துவிட முடியும். அந்தக் கலைஞனின் பசி போக்கிய பிறகு அவனை மீண்டும் உள்ளே இருத்தி வைத்துப் பத்திரமாகக் காவல் செய்கிறார்.

ஆடிக்காற்று அடிப்பில் அபரிமிதமாய் சுரக்கும் பதநீர் சுரப்பு போல் அவருக்குள் சுரப்பாகிக் கொண்டிருந்தன கலைத்துளிகள். அதன் துளிகளைச் சன்னம் சன்னமாய் உறிஞ்சி அதன் கடைசித் துளியையும் சப்பியெடுத்தபடி அவருக்குள் ஓடிக்கொண்டிருந்தது பனையேறும் வாழ்வு.

மழை மறைவு

தண்டவாளங்கள் பள்ளிக்கூடத்துக்கு அவர்களை அழைத்துப் போனது போல் ஞாயிற்றுக்கிழமைச் சந்தைக்கும் அழைத்துப் போயின. ரயிலடி அருகில் வலது பக்கம் பள்ளிக்கூடம். ரயில் நிலையம் முன்னாலுள்ள பின்வாசல் வழி வெளிவீதியில் நுழைந்து வடக்கு நோக்கி முன்னேறினால் 'சரட்' டென்று சந்தைக்குள் நுழைந்து விடலாம்.

இருப்புப் பாதைகள் மேல் கைகோர்த்து நடந்து போவார்கள். பழங்கா நத்தம், வசந்த நகர், ஆண்டாள்புரம் பகுதிகளில் காய்கறி விற்க தலைச் சுமையாய் வழக்கமாய்ப் போகும் பெண் ஏதோ சிந்தனையில் தன் மறதியாய் நடந்திருக்கிறாள். கிடுகிடுவென்று நடுங்கி திரும்பிப் பார்ப்பதற்குள் பின்னாலிருந்து அப்படியே யானை தூக்கி வாரிப்போடுவது போல் தூக்கிப் போட்டு அரைத்துவிட்டது ரயில். தூரந்தொலைவாய் நின்றவர்கள் 'ஓய் ஓய்' என்று கூக்குரல் கொடுப்பதற்கு முன்னால் அரைத்துப் போட்டு வெகுதூரம் போய் ரயில் நின்றது. அந்தத் துயரம் காலகாலமும் வரை வட்டாரத்தில் பேசப்பட்டது. மாணவர்கள் இதுபோல் மாட்டுப்பட வாய்ப்புண்டு எனினும் சூரப்புலிகள் மணிவேலும் பொன்ராசும். முன்னாலோ, பின்னாலோ தூரத்தில் ரயில் வருகிறபோதே சத்தத்தை உணர்ந்து விடுகிற பாதங்கள் அவர்களுக்கிருந்தன. காதுகளைவிட காலடிகள்

கூர்மை கொண்டவை. தண்டவாளங்களின் அதிர்வு அலையை உணர்ந்துவிடுகிற உணர்வுமானிகள் கால்கள். ரயில் தண்டவாளங்கள் மேல் நடக்கையில் உணர்வுத் தீண்டல் தென்பட்டதும், கால்கள் சிறகுகளாய் உருவெடுக்க தண்டவாளம் தாண்டிப் பறந்து விடுவார்கள்.

ஞாயிற்றுக்கிழமை சந்தைக்குப் போய் வீட்டுப் பாட்டுக்கு காய்கறி வாங்கி வரவென்று தண்டவாளத்தில் போய் சந்தையில் இறங்குவதற்கு பல காரணங்கள்; யார் வேண்டுமென்றாலும் சொல்லட்டும். நெறைஞ்ச வீட்டில் இருந்து சொல்லட்டும். இல்லை வெறும் வீட்டில் இருந்து சொல்லட்டும். எவர் சொன்ன போதும் சந்தையில் விற்கும் அபூர்வமான திண்பண்டமான கிளிமூக்கு மாம்பழம் வாங்கித் திங்க இரண்டு பயல்களுக்கும் காசு கொடுத்தால் போதும், பட்சியாய்ப் பறப்பார்கள்.

மதுரை நடுவிலிருந்தது திலகர் திடல். அது ஞாயிற்றுக்கிழமைகளில் காய்கறிச் சந்தையாக ஆகிவிடும். ஒரு ஞாயிற்றுக்கிழமை தவறாமல் அரசியல் கட்சிகளின் பொதுக்கூட்டங்கள் நடைபெற்றன. திலகர் திடலைச் சுற்றி வசித்தவர்கள் இரும்புக்காது அணிந்த மக்கள். 'லோ, லோ' - என்று ஒலி பெருக்கியில் மேலெழுந்து தாக்கும் சத்தம் முதலில் மனசைத் தாக்காமல் தற்காத்துக் கொண்டார்கள். அந்தத் தற்காப்பு ஆயுதத்தைப் பிறகு காதுகளுக்கு மாற்றிக் கொண்டார்கள்.

சந்தையை நகராட்சி ஏலம் விட்டிருந்தது. ஒவ்வொரு வருடமும் ஏலம் நடக்கும். 15-வது வட்ட நகர்மன்ற உறுப்பினர் கருப்புசாமி வட்டாரத்தைக் கையில் வைத்திருந்தது போல் சந்தையும் அவர் கையடக்கத்துள் இருந்தது. மறுபடி மறுபடி ஏலம் எடுத்தார். கவுன்சிலர் கருப்பசாமி - நகரச் சந்தை, பிரிக்க முடியாமல் ஒட்டிப் போயிருந்தன.

மணிவேல், பொன்ராசு - சந்தைத் திடலுக்கு முதலில் நடந்து போனார்கள். பத்து படிக்கிறவரை 'நடராசா ஸர்வீஸ்'; பதினொன்றுக்குப் போன காலத்தில் சைக்கிள். படிப்புப் பருவம் முடிந்து அலுவலில் சேர்ந்தபின் ஸ்கூட்டர். அண்ணன் மகள் பூப்பெய்தியைக்

கொண்டாடும் சடங்குவிழா நிமித்தம் பணியில் விடுப்பெடுத்து வந்திருந்தான் மணிவேல்.

இப்போது இரவு வரவில்லை. அரசியல் கட்சிக் கூட்டமும் இல்லை. திடலின் வடக்குத்திசை மத்தியில் பேச்சாளர்கள் முழக்கமிடும் பொதுக் கூட்ட மேடையில் கூட்டமாய் இருந்தது. முதலில் பார்வைக்குப் பட்டது கூட்டம். இரண்டாவதாய் கூட்டத்திலிருந்து இழுவையாய் ஒரு ராகம் காதுகளை விட்டுவிட்டு வந்தடைந்தது. மூன்றாவதாய் மணிவேல் கூட்டத்தின் ஊடே பார்த்த வேளையில் தலைகளுக்குள் ஒரு பெண் முகத்தைப் பார்த்தான். அவள் 'ஏலக் காசு' வசூலித்துக் கொண்டிருந்தாள். கூட்டத்தில் யாரோ, 'மேல்நீர்' கட்டியாச்சா? என்று கேட்டார். "மேநீருக்குத் தானே இந்தப் பாடு" - பதில் சொல்லிக் கொண்டிருந்தார் இன்னொரு சிறு வியாபாரி. சந்தையில் கடைபோடும் சிறு வியாபாரிகள் 'மேநீர்' கட்டிக் கொண்டிருந்தார்கள். உயரம் கம்மியான ஒரு பெஞ்சில் உட்கார்ந்திருந்ததால் அந்தப் பெண் கூட்டத்தில் புதையுண்டு கிடப்பதுபோல் தோன்றினாள்.

துவரம்பருப்பு, தட்டாம் பயறு, காராமணிப் பயறு வேக வைக்கிறபோது தண்ணீர் நிறையவிட்டு கொதிக்க வைப்பார்கள். பயறு வெந்ததும், தண்ணீரை மேலாக்க வடித்து உப்புப் போட்டுக் கலக்கித் தாளிப்பார்கள். மேலாக்க வடித்து எடுப்பதால் 'மேநீர்' தாளிதம் செய்து நாக்கில் விட்டால் 'மேநீர்ரசம்' கொண்டா, கொண்டா என்று கேட்கும். பண வசூலிப்பும் சுவை தரும் ஒரு 'மேநீர்' தான். பணச்சேகரம் ஆக ஆக மனசு என்னும் உள்நாக்கு சொட்டாங்கு போட்டுக் குதித்துக் கூத்தாடிக் கொண்டிருக்க, ஒரு ஆள் கூட்டத்தை ஒழுங்கு படுத்திக்கொண்டிருக்க, வசூலிக்கும் வேலையை பெண் செய்து கொண்டிருந்தாள்.

களத்தில் தானியக் குவிப்பில் மரக்கால் நுழைத்து தானியம் அளக்கையில் 'லாபம் ஒண்ணு' என்று தொடங்குவார்கள். இழுவையாய் இசைபோல் வரும். பத்து எண்ணம் முடியும் வரை

'லாபம்' ஒவ்வொரு அளவைக்கும் இசையாய்த் தொடர, பத்து எண்ணத்துக்குப் பிறகு பதினொன்று, பண்ணீரெண்டு என்று எண்ணில் தொடர்வார்கள் அதே போல் மேநீர் வசூலிப்பில் ராக இழுப்பு தொடர்ந்து கொண்டிருந்ததை மணிவேல் கண்டான். 'கடை எண் 5, ரூபா 50' என்று ஒருவர் முன்னெடுப்பு ராகம் செய்ய, எழுதிக்கொண்டிருந்த ஆள் அதையே திருப்பி இழுக்க, பெண் நாற்காலியில் உட்கார்ந்து பணம் வசூலித்ததை மணிவேல் கண்டான்.

அவனை முதலில் அடையாளம் கண்டு கொண்டது அவள்தான்.

'தம்பி நீங்களா?' என்றாள். சட்டென எழுந்து நின்றாள். பத்து வருடங்களுக்குப் பின் சந்தித்த போதும் அவளுக்கு அவனது பழைய முகம் நெஞ்சில் அச்சடித்திருந்தது.

பத்து வருடங்களின் முன் மதிச்சியம் 3-வது தெருவில் அந்தப் பெண்ணை விட்டுவிட்டு அவள் போவதைப் பார்த்தபடி நின்றான்.

'நா போய்க்கிருவேன். இந்த வீடுதான். நீங்க போங்க தம்பி'

அவள் சொன்னபோதும், அவன் அங்கேயே நின்றான். எழவெடுத்த இந்தப் பெண் எங்காவது விழுந்து விடுவாள் என்று அந்தச் சிறுவயது சஞ்சலப் பட்டது. வளைவின் (காம்பவுண்ட்) வாசற்படியேறியவள், தடுமாறி விழுந்தாள். 'தடால்' என விழுந்த சத்தம் அந்த மாலைப் பொழுதை 'கந்தர் கோலமாக்கி' வீடுகளுக்குள் இருந்தவர்களை வெளியே கொண்டு வந்து தள்ளியது.

'ஐயோ, என் பிள்ளை'

அவளுடைய அக்கா அலறியபடி ஓடிவந்தாள்.

'எம் பிள்ளையைத் தூக்குங்கடி'

அக்கா கத்துகிற சத்தம் வந்தது. தங்கச்சியின் தலையை அக்கா தாங்கிப் பிடிக்க, மயக்கமடைந்ததால் கனமாக ஆகிவிட்டவளை மற்றப் பெண்டுகள் தூக்கி உள்ளே கொண்டு போனார்கள்.

அந்தப் பெண்தானா? நேருக்கு நேர் பார்த்த மணிவேல் ஆச்சரிய மடைந்தான். மெல்லமெல்ல உருவி நினைவை மேலெடுத்துக் கொண்டிருந்தான்.

கூட்டத்தின் நடுவில் அவளால் பேச முடியவில்லை. அவளைத் 'தேவியக்கா' என்றார்கள். அவன் மதிச்சியத்தில் கையளித்து விட்டுப் போன குமரிப்பெண், பத்து வருடத்தில் சந்தைத் திடலில் 'தேவியக்கா' ஆகியிருந்தாள். ஆளைப் பார்ப்பது, பணத்தை எண்ணுவது, பையில் போடுவது என்று அந்த நேர்கோட்டிலேயே தேவியக்கா போய்க் கொண்டிருந்தாள். இடைக்கிடையே அவனை நோக்கி சிறு சிரிப்பு மன்னிப்புக் கோரும் விதமாய் "கொஞ்சம் இருங்க தம்பி" என்று கேட்டுக் கொண்டாள்.

"தம்பி, நாளைக்கு வாறீங்களா?"

தன் அழைப்பு அட்டையை அவனிடம் நீட்டினாள். அட்டையை வாசித்தான்.

கட்சியின் நகர மகளிரணித் தலைவி என்று அச்சிட்டிருந்தது.

"இன்னைக்குத்தான் இப்படி. நாளைக்கு ஓய்வு" மன்னிப்புக் கேட்பதாக அவள் பேச்சு வந்தது.

2

மதுரை ரயிலடிக்கு வலதுபுறம் உட்கார்ந்திருந்தது பள்ளிக்கூடம். மீனாட்சி ஆலையையும் மதுரைக் கல்லூரியையும் பிரித்து அறுத்துக் கொண்டு ஓடிய இருப்புப் பாதை மணிவேல், பொன்ராசு கூட்டாளிகளைப் பள்ளிவரை கொண்டுபோய்ச் சேர்த்தது. தண்டவாளத்தில் கைகோர்த்து நடந்தார்கள். யூ.சி.எஸ்.உயர்நிலைப் பள்ளி, ஆர்.வி.மில்லை ஒட்டியிருந்த தொழிலாளர் நலப் பள்ளிகளுக்குச் செல்லும் மாணவர்களையும் இருப்புப் பாதைகள் ஏந்திக் கொண்டுபோய் பள்ளிக் கூடத்துக்குள் அடைத்தன.

ரயில்கள் வரும் பகல் கணக்குகள் அவர்கள் அறிவார்கள். நாங்கள்

சுமக்க இரயில்கள் இல்லை பிள்ளைகளே, இப்போது எங்கள் மீது சவாரி செய்ய வருவீர் என இரு தண்டவாளங்களும் கை விரித்து அழைப்பது போலிருக்கும்.

சனிக்கிழமை அரைப் பள்ளிக்கூடம். அன்று முதல் காலாண்டு விடுமுறை. மதியம் தண்டவாளத்தில் கைகோர்த்து வீடு திரும்புகையில் அந்த விபரீதம் நடந்தது. விடுமுறைக் குதூகலத்தில் திரைப்படப் பாட்டை எடுத்து விட்டு 'ஆயிரம் நிலவே வா' என அழைத்தபோது, மண்டையைப் பிளக்கும் சூரியன் மேலிருந்து முறைத்தது.

வலதுபக்கம் ஆயிரங்கால் மண்டபம் போல் கணக்கற்ற, தென்னை மரங்களின் குளிர்நிழல் குடியிருக்கும் தோப்பு. பூவும் பிஞ்சும் கோர்த்து நிறைமாத கர்ப்பிணி போல கரையோரப் புளிய மரங்கள் தொட்டுத் தொட்டு நின்றிருந்தன. வேம்பும் மலட்டு மாமரங்களும் தோப்பு உள்ளுக்குள் தெரிந்தன. தென்னை மரங்களையிட்டு பயல்களுக்கு அச்சமில்லை. இருளைக் குடையாக்கி நிற்கும் கிராமத்து ஒடை மரம், ஆலமரம், அத்திமர விருட்சங்களில் 'முனி' குடியிருக்கும் என்று சிறுவயதில் பதிந்தது நெஞ்சுக்குள் இன்னும் குறையாமல் ஆடிக்கொண்டிருந்தது. பேயாட்டத்தை விட மனசு 'பதக் பதக்' என்று அடித்துக் கொள்ளும் ஆட்டம் காலத்துக்கும் போகாது . ஊரின் மேற்கு மூலையில் இருக்கிறது அடர்ந்த, மூட்டுப் பெருத்த ஆலமரம். ஆல் மூலையை விளையாடும் பட்டியலிலிருந்து ஒதுக்கி விட்டான் சிறு பிராயத்தில். அதில் முனியிருக்கிறது.

தென்னந்தோப்பைக் கிழித்துக் கொண்டு நடுவிலிருந்து ஒரு அலறல். ''ஐயோ கொல்றானே, கொல்றானே'' என்ற பெண்ணின் அவலக் குரல். அவளை ஓங்கி மிதித்து கதறக் கதற விளாசுகிற சத்தம்! புருசன் என்று சொல்லப்பட்டவன், அவளைக் கீழே தள்ளி மொன்னைக் கத்தி கொண்டு குத்தி விட்டு ஓடப் பார்க்கிறான். தண்டவாளத்தை விட்டு தாவிக் குதித்து கூக்குரல் வரும் இடம் நோக்கி ஓடினார்கள். தகடுக் கத்தியால் அவளுடைய நெஞ்சில் கீறி மல்லாக்க சாய்த்த புருசன்,

''வராதே, வராதேன்னு சொல்றன், கேக்கறியா'' கோபமாய் கத்திக்கொண்டு தோப்பைக் கடந்து ஓடுவதற்கும், இவர்கள் அந்த இடத்தை அடைவதற்கும் சரியாக இருந்தது.

சத்தம் கேட்டு நாலைந்து பேர் கூடிவிட்டார்கள்.

நெஞ்சை இடது கையால் அடைத்தபடி பெண் வீறிட்டாள். 'என்னை நிறுத்தி விடமுடியமா நீ?' என்பது போல அடைத்த கையை மீறி ரத்தம் பீய்ச்சியது. மொன்னைக் கத்தி அது. கூர்மையாய் இருந்திருந்தால் கதிக்கப் பாய்ந்து வகிடு எடுத்திருக்கும்.

நேதாஜி சாலை, திண்டுக்கல் சாலை, சின்னக் கடை வீதி என்று பலபட்டறையாய் பெயர் அழைக்கப்பட்ட சாலை முடியும் புள்ளியிலிருந்து ஒரு கி.மீ. தூரத்திலுள்ளது தோப்பு. சாலையிலிருந்து கொஞ்சம் ஒதுங்கி நன்மை தருவார் கோயில் தெருவிலுள்ளது நாடக நடிகர் சங்கக் கட்டிடம். கலைஞர்கள் நடிக்க, பாடிப் பயிற்சி எடுக்க, இசைக் கருவிகளை இசைத்துக் கைவர என தோப்பில் கூட்டம் கூட்டமாய்க் கிடப்பார்கள். மதுரைக் கல்லூரி விடுதியில் தங்கிப் படிக்கும் மாணவர்கள் பகல் படிப்புக்கு தோப்பைத் தேர்ந் தெடுத்திருந்தார்கள். எந்நேரமும் சன நடமாட்டமுள்ள தோப்பில் யார் கண்ணிலும் படாமல் ஒரு ஆணும் பெண்ணும் நுழைந்தது, சண்டை போட்டது, புருசனானவன் கத்தியால் பெண் மார்பில் கீறி விட்டு ஓடியது, கண்ணிமைக்கும் பொழுதில் எப்படி நடந்தது? எல்லாரையும் ஆச்சரியம் முட்டி மொத்தியது.

முன் ரவிக்கையும் மாராப்பும் குங்குமச் சேறாயிருந்தன. சிறு அழுகையும் முனகலும் வெளிப்பட்டன. பெண் எவர் முகத்தையும் பார்க்கவில்லை. யார் கேட்ட கேள்விக்கும் பதில் தரவில்லை. நெஞ்சைப் பிடித்து அழுத்தியவாறு குனிந்து, மாலை மாலையாய்க் கண்ணீர் சொரிந்து கொண்டிருந்தாள்.

''காஞ்ச கருவாடா சுறீச்'சுப்போய் கெடக்கிறதுக்கெல்லாம், யோகம் அடிக்குது. ஆளுக்கும் நெறத்துக்கும் என்ன குறைச்ச? இவ எவன் கையில் கிடைச்சாலும் தங்கத் தட்டில ஏந்தி வச்சிக்கிருவானே''

கூட்டத்திலிருந்த ஒருவர் சொல்லிச் சிரித்தார். கூடியிருந்த ஒருத்தரிடமும் சிரிப்பைக் காணவில்லை...

''அவன் யாரு?''

கூட்டம் கேட்டது.

''எம் வீட்டுக்காரர்'' என்கிறாள். ஒருமையில் சொல்ல மனசில்லை.

''அது ஒண்ணுதான் ஓட்டையாப் போயிரிச்சாக்கும்'' என்றார் அந்த ஆள். பச்சைக் காயம் உண்டாகி மல்லாத்தி விட்டுப் போறவன் கட்டின மாப்பிள்ளையா இருந்தாலும், அண்ணனாய், தம்பியாய் இருந்தாலும் மரியாதை தருவது எதற்கு என்று கூடி நின்றவர்களுக்குத் தோன்றியது. புருஷனுக்கு உயிரைக் காவு கொள்வது நோக்கமில்லை. பயமுறுத்த வேண்டும் என்று நினைத்திருக்கிறான். அது அவள் அறிவாள்.

முதலில் அவளுடைய ஊர், இருப்பிடம் தெரிந்து தகவல் தெரிவிக்க வேண்டும். இந்த மூதி கண்ணீர் கொட்டிக் கொண்டிருக்கிற நிலையில் தாக்கல் தந்து, இந்த இடத்துக்கு வழிகண்டு அவர்கள் வந்தடைய எவ்வளவு நேரம் ஆகும்?

''அவ்வளவு நேரம் விட்டு வைக்க முடியுமா? அதுக்குள்ளே எவனாவது 'லாவீட்டுப்' போயிருவான்'' என்றார் முன்பு பேசியவர். ரொம்ப விநயமான ஆள் என்பது எல்லோருக்கும் புலனானது. மாராப்புக்குள் புதைந்து ரத்தச் சேறாகியிருந்த அவள் மார்மீது அவர் கண் ஓடிக் கொண்டிருந்தது.

மணிவேல்தான் கேட்டான் ''அக்கா, ஒங்க வீடு எங்க இருக்கு?''

''இங்ஙன மதிச்சியத்தில அக்கா வீடு. அங்ஙன கொண்டு போய்விட்டாப் போதும்''

மணிவேலுக்குச் சுளீர் என்று உறைத்தது போலிருந்தது. இந்த அக்கா தன் மதியோடு பேசுகிறார்களா? எப்படி அவ்வளவு தொலைவு போக முடியும்? அவள் கையை ஊன்றி எழுந்திருக்க முயன்றாள். மூச்சு விடுகிற மைனாக் குஞ்சு போல் வாய் பிரித்தாள். அவ்வளவே, பிறகு லம்பிக் கீழே விழுந்தாள்.

''பாவிப் பய இப்படிப் பண்ணீட்டானே, இந்தக் கோலத்தைக் காங்கவா அவனைக் கல்யாணம் பண்ணிக்கிட்டு வந்தேன், அம்புட்டு சனத்தையும் பகைச்சுக்கிட்டு''

இந்த வாசகத்திலிருந்து அவளுடைய உண்மையான கதை கிடைத்தது. இந்தப் புள்ளியிலிருந்து உண்மையாய் நடந்த கோணல்களையெல்லாம் மணிவேல் யூகித்துக் கொள்ள சாத்தியப்பட்டது. தப்பிதமான காரியம் நடந்து விடுகிறபோதோ, அளவு மீறிய சோகத்தால் நெஞ்சு அடைக்கும் போதோ நாக்கு முடக்கு வாதம் கொண்டுவிடும். முறையீடு போல் விக்கி விக்கிப் பேசிய வேளையில், விக்கலுக்கு ஊடாய் வெளிப்பட்ட சொற்களைக் கோர்த்துப் பார்த்த மணிவேலுக்கு அர்த்தம் கிடைத்தது. அவன் இது போல் நிறைய யதார்த்தமான சம்பவங்கள், புனைவுக் கதைகள் கண்டிருக்கிறான். காண்பதும் கேட்பதுமான நகல்களிலிருந்து அசலை அவன் யூகித்துப் பெற்றுக் கொள்ள முடிந்தது.

''மதிச்சியம் கெடக்கு, எட்டு கிலோ மீட்டருக்கு அந்தப் பக்கம், இங்ஙனயாமே இங்ஙன''

ஏகலிப்பாய் பேசியபடி அந்த ஆள் நடையைக் கட்டினார். அவர் ரொம்பவும்தான் சடைத்துக் கொண்டார் என்பது தெரிந்தது. அகட விகடமுள்ள விநயமான பேர்வழி என்பது தெரிந்தது. அவர் போனதைப் பற்றிக் கூட்டம் கவலைப் படவில்லை.

''அங்க போறதுன்னா, வண்டிக்கு துட்டு வச்சிருக்கியா''

பெரியவரான ஒருவர் கேட்டபோது, அவள் வேதனையில் ஏறிட்டாள்.

"பாவி மகன் அதில்லாமாத்தானே என்னையக் குத்தி மல்லாத்தீட்டுப் போறான்"

இப்போது அவள் வார்த்தைகள் தெளிவாக வந்தன. ஓடிப்போய் குடும்பம் நடத்தத் தொடங்கிய புள்ளியிலிருந்து, குத்திக் கெடத்தீட்டுப் போன உச்சம் வரை பிரச்னையின் ஆணிவேரும் சில்லு சில்லாய் வெடித்த சல்லிவேர்களும் எது என்பதற்கு அவள் சாட்சியாகிக் கொண்டிருக்கிறாள். குராவிப் போன முகமும் குருதி கொட்டும் நெஞ்சும் வலியைக் காட்டிக் கொண்டிருக்கின்றன. அவளுடைய குமைவு எல்லோருக்கும் தாவியது.

இளமையில் பெண் அழகாக இருந்திருக்கிறாள். வெடித்த பருத்திச் சுளைபோல் இருந்தவள் பறித்த அவன் கைகளுக்குள் போய் சேர்ந்திருக்கிறாள். இரண்டு இளசுகளும் ஓடிப் போய் திருமணம் பண்ணிக் கொண்டு தனியாக இருந்தார்கள். அவனைத் தெரிவாக்கிய நாளிலிருந்து தொடர்ந்தது துயரம். அவன் புருசனாக சொல்லப்பட லாயக்கில்லாதவன். சில்லுண்டித்தனம் செய்கிற ஆள். சண்டியர். பொழுது திறந்து பொழுது மூடினால் வெளியேயும் சண்டை: அவளோடும் சண்டை. ஆறு மாதத்துக்குள் அவளை ஒதுக்கவும் ஒதுங்கவும் செய்ய, அவள் எதிர்த்துச் சண்டை கட்ட ஆரம்பித்தாள். ஆண் என்ற ஆயுதம் அவன் கைவசம் இருந்தது. என்னதான் தள்ளு முள்ளு என்றாலும், நிர்க்கதியாக்கினாலும் பெண் பிறப்புக்கு வேற வழியில்லை. உன்னை விடமாட்டேன் என்று தொயந்தடியாய் வந்த இடத்தில் கத்தியைக் கையிலெடுத்திருக்கிறான். கத்தி ஆணுடைய ஆயுதம்.

ஐந்து ரூபாய்த்தாளை எடுத்து அவளிடம் தந்தார் பெரியவர்.

"டவுன் பஸ் பிடிச்சி போய்ச் சேரு"

சுற்றி நின்றவர்களைப் பார்த்தார்.

"தம்பி சின்னப் பையங்களா இருக்கீங்க. ரெண்டு பேருமே மதிச்சியம் வரை போய்ட்டு வந்திருங்க, மெதுவா அப்படியே லாந்தலா

கூட்டிட்டுப் போங்க'' என்றார். மணிவேலு தன் டவுசர் பையில் கைவிட்டான். காலியாய் இருந்தது.

பொன்ராசை தனியாக ஒதுக்கிக் கொண்டு போனான் மணிவேல்.

''ஒங்கிட்ட காசு இருக்கா?''

''இருக்கு. ஆனா எங்கப்பா வேற ஒண்ணு வாங்குறதுக்கு கொடுத்தாரு''

''வீட்டுக்குப் போனதும் நா திருப்பிக் கொடுக்கறேன்'' என்றான்.

பொன்ராசு இரண்டு ரூபாய்த் தாளை அவனிடம் கொடுத்து ''நா வரலை'' என்று சொன்னான்.

பெரியவர்கள் எத்தனை பேர் அங்கே இல்லை. அவரவருக்குப் போக வேண்டிய வேலை இருக்கிறது. அதெல்லாவற்றையும் காட்டிலும் அவரவருக்குள் ஒரு மன அமைவு இருக்கிறது.

பெண் மணிவேலின் தோளைப் பிடித்து குனிந்து எழுந்தாள். கூட்டிக்கொண்டு லாந்தலாய் நடந்தான் மணிவேல்.

நனைந்த முந்தானை, ரவிக்கைச் சிவப்பு, தொங்கிய முகம். நகரப் பேருந்தில் பக்கத்திலிருந்தோரை பார்க்க வைத்தன. பெண்ணையும் அவளுக்கு அணைவாய் உட்கார்ந்து வரும் தம்பியையும் மாறி மாறிப் பார்த்தார்கள். மதிச்சியத்துக்கு முந்தின நிறுத்தம் பெரியாஸ்பத்திரி. ஆஸ்பத்திரிக்குக் கூட்டிட்டுப் போகிற கேஸாக இருக்கலாம் என நினைத்திருப்பார்கள். அந்த நினைப்பும் பொருத்தமில்லாமல் போனது. எதுவும் விசாரிக்காதது வரை நல்லது என மணிவேல் நினைத்துக் கொண்டான். விசாரித்தாலும் நினைவிழக்கும் தருவாய்க்குப் போய்க்கொண்டிருந்த பெண்ணும் பதிலிறுத்திருக்க மாட்டாள். அவளைத் தாண்டி, அவள் வேதனைகள் பற்றி கண்டுகொள்ளாத நகரின் சாலை, கடைத் தெருக்கள் ஆரவாரித்துக் கொண்டிருந்ததை மணிவேல் பார்த்தான்.

"அக்கா இன்னும் கொஞ்ச தூரம்தான்" தேற்றினான்.

"தாகம்" உதடுகள் இரண்டும் காய்ந்த பருத்திச் சுளைபோல் வெளுத்து விட்டன. உதிரம் நிறைய வெளியேறிவிட்ட நிலையில் தண்ணீர் குடித்தால் ஒத்துப் போகுமா என்று நினைத்தான். பேருந்திலிருந்து இறங்கி சோடா வாங்கிக் கொடுக்க முடியும்.

"மயக்கமா வருது" முணுமுணுப்பது கேட்டது. பத்தாம் வகுப்பு படிக்கும் பையன் தோள் தருவதில் தவறில்லை. சாய்ந்து கொள்ளச் செய்தான். 23 வயதை 15 தாங்கிக் கொண்டது.

பேருந்திலிருந்து இறங்கி மதிச்சியம் நோக்கி நடந்தார்கள். அவனைப் பார்த்து சிறுசிரிப்பு சிந்தினாள் நன்றியறிதலாக. வேகமாய் ஆட்டிவிட்ட ஊஞ்சல் ஒருமுனையில் போய் திரும்புவதற்காகக் காத்திருக்கும் வேகம் வீடு தென்பட்டதும் அவள் கால்களில் பரபரத்தது. வேதனையை மறைத்து வெளிப்பட்டது புன்னகை. அந்தப் புன்னகை விளைந்த தருணத்தை மணிவேல் மனதில் ஏந்தி "அக்கா எங்கன?" என்றான்.

மதிச்சியம் இரண்டாவது தெருவில் நுழைந்ததும் ஒரு குடியிருப்பைக் காட்டி "தம்பி, நா போய்க்கீறேன்" என்று கையெடுத்துக் கும்பிட முயன்றாள். கைகளைக் கீழே இழுத்துவிட்டது போல ரணவேதனை. நிறைய ரத்தக் கசிவு. முகம் மாவுக்கல் மாதிரி வெளுத்து இருந்தது.

விழுந்து விடுவாள் என மணிவேலுக்குப் பட்டது "நா இங்க நிக்கறேன். நீங்க பையப் பையப் போங்க" என்றான்.

காம்பவுண்ட் படிக்கட்டு ஏறுமுன் வாசலில் வெட்டுப்பட்ட வாழையாய்ச் சரிந்தாள்.

3

எதிர்பாராத சந்திப்புகள் வாழ்வில் எப்போதாவது நிகழ்கின்றன. சில நாட்களில், அல்லது சில வருடங்களில், அல்லது வாழ்வினது

கடைக்கோடியில் அவ்வாறு சம்பவிக்குமானால் அது அதிசயமாய் நிலைக்கிறது. அந்தப் பழைய பெண்ணை, இந்தப் புதிய தேவியக்காவைக் கண்டதும் அப்படியொரு அதிசயம்தான்.

வீட்டைக் கண்டடைவது சிரமமில்லாமலிருந்தது. மதிச்சியம், முனுச்சாலை, நெல்லுப்பேட்டை, தவிட்டுச் சந்தை, கோரிப்பாளையம் என்று நெடுக மக்கள் நெருநெரு வென்று வாழும் பகுதியாக இல்லாது, புதுச் சம்பாத்தியக்காரர்களுக்காக உருவான சொகுசுப் பகுதியாக இருந்தது. அட்டையைக் காட்டிட வேண்டிய அவசியம் இல்லை. எதிர்ப்படுகிற யாரைக் கேட்டாலும் வீட்டை அறிந்திருந்தார்கள்.

''தேவியக்கா வீடா, அது இங்ஙனதான்''

அவள் பெயர் மகாதேவி. அந்தப் பெயர் யாருக்கும் அறிதலில்லை. 'தேவியக்கா' என்றால் மட்டும் தெரிந்திருக்கிறது.

''நல்லா இருக்கீங்களா? அக்கா?''

வீட்டுக்குள் காலடி வைத்து, விலையுயர்ந்த சோபாவில் உட்கார்ந்ததும் கேட்டான்.

'நல்லாவா?' யோசிப்புக்குள் மாட்டிக் கொண்டது போல முகம் மாறிற்று. பிறகு பழைய நிலைமைக்குப் போய் 'நல்லாத்தான்' என்றது நாக்கு .

''நா நல்லாத்தான் இருக்கேன், என்ன குறைச்சல்?''

அக்கா தன் உணர்வுகளைப் பகிர்ந்து கொள்ளத் தயாரானாள் என்று அவன் புத்திக்குப் புலனாகிற்று.

கணவர் கருப்பசாமி. நகர் மன்ற உறுப்பினர். அவர் தேவியக்காவின் கணவர் அல்ல; தேவியின் ஒரேயொரு அக்காவின் கணவர். அக்காவின் கணவருக்கு வடக்கு மாசி வீதி அச்சகத்தில் வேலை. குழந்தை இல்லை. ஒன்னையைப் பிடி, என்னையப்பிடி என்றிருந்தது வருமானம். இவள் அந்த வீட்டில் சென்றடைந்து உடன் வாசியானபின்

வீட்டு வேலையாள் போல் எல்லா வேலைகளையும் செய்தாள். காய்கறி, பழம் என்று தலைச் சுமையாய் அக்கா வியாபாரத்துக்குப் போவாள்.

தேவியக்கா வாழ்வை நேராக வாழவில்லை. எந்தப் பெண்ணும் போல அவளுக்கும் ஒழுங்கு முறையாய் வாழ லவிப்பு இல்லை. வெள்ளென எழுந்து அக்கா காய்கறியோ, பழமோ வாங்கிவர சந்தைப் பேட்டைக்குப் போனாள். தலைச்சுமையாய் விற்று பிறகு சாப்பாட்டு நேரத்துக்குத் திரும்பினாள். வெள்ளென எழுந்து அக்கா வியாபாரத்துக்குப் போய் விட்ட ஒரு காலையில், அக்கா மாப்பிள்ளை அவளைத் தூக்கி கட்டிலில் சாய்த்தார்.

''வேண்டாம், வேண்டாம் மாமா'' அவள் திமிறினாள். ஆண் உடம்பு அவளை முடிச்சுப்போட்டு இறுக்கிக் கொண்டது.

''அக்காவுக்குத் தெரிஞ்சிரும் மாமா. நல்லால்லே மாமா''

''ஓம் அக்கா என்ன யோக்கியமா?''

தேவியை ஒரு வார்த்தையில் சுருட்டி வீசியெறிந்து விட்டார்.

''நீங்க என்ன செய்தீங்க, பெறகு?''

''பிறகு என்ன செய்ய? கொடுத்தேன்''

''அக்கா வந்த பிறகு சொல்லலையா?''

''சொன்னேன். அக்கா முதலில் நம்பவில்லை. மாமா, அப்படியெல்லாம் செய்ய மாட்டார். போடீ என்று லேசாய் எடுத்துக் கொண்டாள். அக்காவுக்கு நகக்கண் அளவுகூட ஐயறவு உண்டாகவில்லை''

அக்கா இல்லாத காலை வேளை ஒவ்வொரு நாளும் மாமா இவளை எடுத்துக் கொண்டார். கர்ப்பமான பிறகு அக்காவுக்குத் தெரிந்தது.

அக்கா, மாமாவுடன் சண்டை போட்டாள். அந்த வளைவுக்குத் தெரிந்துவிடக் கூடாது என்று அக்கா பயந்தாள். கதவைச் சாத்திக் கொண்டு சண்டையிட்டாள்.

ஒன் அக்கா என்ன யோக்கியமா என்று தேவியக்காவிடம் வீசிய தூண்டிலை இன்னும் பெரிசாய் நிமிர்த்தி வீசினார் மாமா.

''ஒனக்குத்தான் பிள்ளையில்லையே''

வாயடைத்து நின்றாள் அக்கா. அக்கா எதுவும் பேசவில்லை. விளையாத கருக்காயாய்ப் போனதை, அவ்வளவு அத்தாசமாய்த் தூக்கித் தன்னைப் பார்த்து எறிவார் என நினைக்கவேயில்லை. ஆண்புத்தி எப்படியெல்லாம் 'கோக்குமாக்கு' பண்ணும் என்று அந்த நேரத்தில் அவள் உணர்ந்தாள். ஆண் மேலாண்மைக்கு எதிராக நிற்க முடியாமல் சரணடையும் மௌனம். மூன்று நாளாய் அக்கா எதுவும் பேசவில்லை. வியாபாரத்துக்கும் போகவில்லை. நான்காம் நாள், தேவியைக் கடைக்கு அனுப்பிவிட்டு, அரளி விதையை அரைத்துக் குடித்து செத்துப்போனாள்.

நாங்கள் பேசிக் கொண்டிருக்கையில், ஏதோ சொல்லிவிட்டுப் போகிறவளாய் ஊடே ஒரு சிறுமி வந்து நின்றாள். அக்கா புருசன், அவளைக் கட்டிலில் சாய்த்ததற்கும், இந்த ஒன்பது வயதுக்கும் சரியாக இருந்தது. சின்னஞ் சிறுமி தேவியக்காவைச் சுற்றிப்பிடித்துக் கொண்டு, அவனை வியப்பாய் ஏறிட்டாள். கொடி, மரத்தைச் சுற்றிக் கொள்வது போலிருந்தது.

''இது மாமா'' தேவியக்காவுக்கு பெயர் தெரியாது.

''மணிவேல்'' என்றான்.

''நீ போ. செல்லம். நீ போய்ப்படி''

அனுப்பி வைத்தாள்.

அச்சகத்தில் வேலை செய்த அக்கா புருசன் இப்போது நகர்மன்ற உறுப்பினர். செல்வாக்குள்ள பெரிய மனிதன். ஓங்கு தாங்காயிருக்கும் உருவக் கட்டு. கவுன்சிலர் கருப்பசாமியின் கட்டுப்பாட்டுக்குள் அவளிருந்தாள். அவன் கட்டுப்பாட்டில் அவளிருந்தாளா, இவள்

கட்டுதிட்டத்துக்குள் அவன் இருந்தானா என்று திட்டமாய்ச் சொல்ல முடியாதபடி, இருண்டு பேரும் இணைவாய்ப் போய்க் கொண்டிருந்தார்கள் என்று வெளியில் சேகரித்த செய்திகளிலிருந்து கிடைத்தது.

எந்தப் பெண்ணும் போலவே அன்பின் ஒரு சிறு கூட்டைத்தான் அவள் இந்த உலகத்துக்குள் தேடினாள். காதல் அதற்கு உண்டானதுதான். இவ்வளவு விசாலமான உலகம் அவளுக்குரிய வாழ்வு ஊற்றை அடைத்துச் சிதைத்திருந்தது. இப்போது மனசால் விலகி, வேறொரு வாழ்க்கையை வாழ்ந்து கொண்டிருக்கிறாள். பேச்சில் தொனித்த களைப்பு துல்லியமாய் அதைப் புலப்படுத்திற்று.

''கல்யாணம் ஆனதின்னும் இல்லே, ஆகாததின்னும் இல்லே. வாழ்ந்ததின்னும் இல்லே. வாழாததின்னும் இல்லே. உலகத்திலேயே கழிவான பொம்பிளை நானு''

அவள் விழிக்கோடியில் லேசாய் ஈரம் மினுக்கிட்டது. தனக்கென அளக்கப்பட்ட வாழ்க்கையைப் பயன்படுத்திக்கொண்டு இந்த உலகத்தைப் பழிதீர்த்துக் கொண்டிருக்கிறாள் என்பதாகப்பட்டது. தனக்குரிய ஆகச் சிறந்த அறிவையும் திறமையையும் பயன்படுத்தி நகர்மன்ற உறுப்பினன் கருப்பசாமியின் அறியப்பட்ட மனைவியாக, மகளிரணித் தலைவியாக வாழ்ந்து கொண்டிருப்பதாய்த் தோன்றியது.

''எதுனாச்சும் செய்யணும்னா சொல்லுங்க தம்பி. அவர் செல்வாக்கான மனுசன்''

மணிவேலுக்கு கேட்க எதுவுமில்லை. சட்டகத்துக்கு உட்பட்ட நடுத்தர வாழ்க்கையைக் கொண்டுள்ள அவனைப் போன்றவர்களுக்கு கற்பனையில் கூட பிரச்னை இல்லை. ஒரே ரத்தமான அக்கா புதையுண்ட சமாதியின் மேல், பங்களா, கார், நகர்மன்ற உறுப்பினர், மகளிரணித் தலைவி என பூத்துக் குலுங்குகிறது. தேவியக்கா பொங்கு கொழித்துக் கொண்டிருக்கிறாள் என்பது போலத் தெரிந்தது. அவள் வாழ்ந்து

கொண்டும் வாழாமலும் இருக்கிற இன்னொரு குரூரமான பக்கம் மணிவேலுக்குத் தெரிந்தது. முதலில் போட்டு எடுக்க, பிறகு பெருக்கமாக்கிக் கொள்ள பிடிமானத்துக்கு எதாவது ஒன்று வேண்டும். தேவியக்கா உறை மோராக்கியிருந்தாள் இந்த வாழ்வை. பெருமழைக்குக் காத்திருந்து, மழை கண்ணில் தெரியாமல் ஈரக்காற்று வளர்த்து உணங்கிப் போன மழைமறைவுப் பிரதேசத்துப் பயிர்கள் மணிவேலுவின் நினைவில் வந்து தோன்றின.

''நா போகணும்க்கா''

''சாப்பிட்டுப் போகலாமே''

''இல்லைக்கா, இன்னைக்குப் புறப்பட்டு, நாளைக்கு வேலைக்குப் போகணும்''

''இன்னொரு நாளைக்கு வந்து சாப்பிட்டுத்தான் போகனும். அவரை இருக்கச் சொல்றேன்''

அவளுடைய முகவரி, தொலைபேசி, அட்டை எல்லாம் அவன் கையில் இருந்தது.

ஆசிரியரின் பிற நூல்கள்

சிறுகதைகள்

1. ஒரு ஜெருசலேம் - 1972
2. காடு - 1973
3. கிராமத்து ராத்திரிகள் - 1975
4. இரவுகள் உடையும் - 1978
5. மூன்றாவது முகம் - 1988
6. புதியன - 1997
7. இரவு மழை - 1998
8. புயலுள்ள நதி - 2000
9. பூத உலா - 2004
10. கள்ளழகர் - 2006
11. இலக்கியவாதியின் மரணம் - 2011

2008-ல் பா.செயப்பிரகாசம் கதைகள்" என்னும் முழுமையான தொகுப்பு வெளியாயிற்று.

கட்டுரைகள்

1. தெக்கத்தி ஆத்மாக்கள் - 1999
2. வனத்தின் குரல் - 2001

பா. செயப்பிரகாசம்

3. கிராமங்களின் கதை — 2002

4. நதிக்கரை மயானம் — 2003

5. ஈழக் கதவுகள் — 2007

6. அந்தக் கடைசிப் பெண்ணாக — 2007

7. முடிந்துபோன அமெரிக்கக் கற்பனைகள் — 2007

8. ஒரு பேரனின் கதைகள் — 2009

9. ஈழ விடுதலைப் போராட்டமும் காந்தியமும் — 2009

10. மரண பூமி — 2010

11. கொஞ்சம் சோறு நிறைய நஞ்சு

12. முள்ளிவாய்க்காலில் தொடங்கும் விடுதலை அரசியல் — 2012

கவிதைகள்

1. எதிர்க்காற்று — 2002

2. நதியோடு பேசுவேன் — 2006